40 Short Stories in Tagalog for Adult Beginners

A1–A2. Accessible Reading Practice Based on Daily Routines, Family Life, Food, Health, Travel, and Social Situations in the Philippines

Acquire A Lot

Disclaimer

This book is intended for educational purposes only.

While every effort has been made to ensure accuracy, the author and publisher make no representations or warranties regarding the completeness or accuracy of the content and assume no responsibility for errors or omissions.

Language Learning Notice

Language learning is a personal and progressive process. Results may vary depending on the reader's background, study habits, and level of practice. The author and publisher do not guarantee fluency or specific learning outcomes.

Trademarks

All trademarks referenced in this book are the property of their respective owners. The use of any trademark is for educational and informational purposes only and does not imply endorsement.

First Edition

Paperback ISBN: 979-8-9941308-2-7

Table of Contents

Download the English Translations

Important — Please read first.

You **do NOT need** these translations to fully enjoy, understand, or benefit from the book.

The stories were carefully written to be:

- Clear and easy to follow
- Suitable for beginners
- Enjoyable through context and repetition

Many readers choose **not** to use the translations at all—and still get **100% value** from the book.

Think of them as a **quick reference tool**, not a requirement.

They can help you:

- Quickly confirm the meaning of a sentence
- Clarify a specific phrase
- Avoid interrupting your reading to search a dictionary
- Build confidence when needed

Use them **only when you want**, and ignore them when you don't.

How to use this bonus effectively

1. Read the story in Tagalog first
2. Try to understand it through context
3. Only check the English version if you feel unsure
4. Go back to the Tagalog and continue reading

This way, you stay focused on **learning Tagalog,** not translating word-by-word.

Scan the QR below to download the PDF with the English translations.

(Optional bonus – use it as much or as little as you like)

Story 1: Simula ng Araw ni Cora

Alas-singko pa lang ay gising na ako. Madilim pa sa labas. Tahimik ang paligid. Bumangon ako mula sa kama. Nagdasal ako nang maikli. Nagpasalamat ako sa bagong araw.

Narinig ko ang tilaok ng manok. Narinig ko rin ang huni ng mga ibon. Sumilip ako sa bintana.

Sa bakuran, nakita ko si Aling Pasing. Nagdidilig siya ng mga halaman. May hawak siyang hose. Mabagal siyang magdilig. Inaalagaan niya ang kanyang mga tanim.

Inayos ko ang aking kama. Inayos ko ang unan. Tiniklop ko ang kumot. Ayokong magulo ang kwarto. Gusto ko ang malinis na bahay.

Nagpunta ako sa banyo. Nagsipilyo ako ng ngipin. Naghilamos ako ng mukha. Malamig ang tubig. Tumingin ako sa salamin. Ngumiti ako sa sarili ko.

Lumabas ako sa bakuran. Kumuha ako ng walis. Maraming dahon sa paligid. Winalis ko ang bakuran.

"Magandang umaga, Cora," bati sa akin ni Mang Tonyo. Si Mang Tonyo ay asawa ni Aling Pasing. Sila ang aking mga kapitbahay. Araw-araw ko silang nakikita. Mabait ang mag-asawa.

"Magandang umaga po," sagot ko. Ngumiti si Mang Tonyo. May hawak siyang tasa ng kape. Kita pa ang usok mula sa tasa. Amoy ang kape sa maliit na bakuran.

Si Aling Pasing ay nagdidilig pa rin. Maraming halaman sa bakuran. May halaman sa kaliwa. May halaman sa kanan. May halaman malapit sa pinto.

Inayos ko ang mga paso. May paso na malaki. May paso na maliit. Mahilig ako magtanim. Masaya ako kapag nakikita ang mga halaman.

"Ako na ang magtatapon ng mga dahon", sabi ng aking nanay.

Gising na pala ang aking nanay. Siya si Nanay Lorna. Hawak na niya ang walis.

Ngumiti ako sa kanya. Umupo ako sa bangko. Malamig ang umaga. Tahimik ang paligid. Madilim pa ang langit. May mga naglalakad sa kalsada. May naglalako ng pandesal. Bumili si Aling Pasing ng pandesal.

"Sampung piso lang, iho", sabi ni Aling Pasing sa tindero.

Amoy ko ang pandesal. Mabango ang amoy ng tinapay na iyon.

Tumingin ako sa langit. Lumiliwanag na. Makikita na ang araw.

"Mauna na ako sa bukid," sabi ng aking tatay. Si Tatay Betong ay nagtatrabaho sa bukid. Maaga siyang umaalis araw-araw. May dala siyang itak. May suot siyang sumbrero.

"Ingat ka," sabi ni Nanay Lorna. Tumango ang aking tatay. Lumabas na siya ng bakuran.

Tumayo ako at lumapit sa aking mga tanim. May mga rosas sa harap ng bahay. May pulang rosas. May puting rosas. May dilaw na rosas din.

Ang paborito ko ay ang pulang rosas. Maganda ang mga bulaklak.

Kumuha ako ng tabo ng tubig. Diniligan ko ang mga rosas. Diniligan ko rin ang ibang mga halaman. Maingat akong nagdidilig. Ayaw kong masira ang mga dahon.

Naririnig ko pa rin ang mga ibon. May ilang aso rin kaming alaga. Naglalaro ang mga ito. Ang aming pusa naman ay tahimik na natutulog. Payapa ang umaga.

Tinawag ako ng aking nanay mula sa kusina. "Cora, almusal na," sabi niya. Iniwan ko ang tabo. Pumasok na ako sa loob ng bahay.

Handa na ang almusal. Handa na rin akong simulan ang aking araw.

Exercises:

A. FILL IN THE BLANK

<table>
<tr><td>alas-singko</td><td>halaman</td><td>pusa</td></tr>
<tr><td>bukid pula</td><td></td><td></td></tr>
</table>

1. Gumising si Cora ng ____________.
2. May trabaho si Tatay Betong sa ____________.
3. Nagdidilig ng ____________ si Aling Pasing.
4. Kulay ____________ ang paboritong rosas ni Cora.
5. May alagang ____________ si Cora.

B. WH- Questions

1. Anong oras gumising si Cora?
   ____

2. Sino ang kapitbahay ni Cora?
   ____

3. Ano ang winalis ni Cora sa bakuran?
   ____

4. Ano ang ibinebenta ng tindero sa umaga?
   ____

5. Ano ang paboritong bulaklak ni Cora?
   ____

C. TRUE or FALSE

__________ 1. Maingay ang paligid sa umaga.

__________ 2. May hawak na walis si Aling Pasing.

__________ 3. Si Tatay Betong ay pumupunta sa bukid.

__________ 4. Ayaw ni Cora magtanim ng halaman.

__________ 5. Handa na ang almusal sa huli ng kuwento.

ANSWER KEY:

A. Fill in the blank

1. alas-singko
2. bukid
3. halaman
4. pula
5. pusa

B. WH- Questions

1. alas-singko
2. Aling Pasing at Mang Tonyo
3. mga dahon
4. pandesal
5. pulang rosas

C. True or False

1. False
2. False
3. True
4. False
5. True

Story 2: Masarap na Almusal sa Bahay

Masarap magluto si Nanay Lorna. Kahit simpleng pagkain, nagiging espesyal. Paborito ko ang kanyang adobo. Madalas niya iyong niluluto para sa amin.

Ngayong umaga, simple ang aming almusal. Nagprito si Nanay ng itlog. May sinangag sa kaldero. May tinapay sa mesa.

Maaga kaming nagising. Tahimik pa ang bahay. Binuksan ko ang radyo sa sala. Nakinig kami ng balita.

Kumuha ako ng tasa. Nag-init ako ng tubig. Gusto ko ang matamis na kape. Naamoy ko ang bango ng kape sa buong bahay.

Sa mesa, inayos ko ang mga plato. May plato para sa akin. May plato para kay Nanay. May plato para kay Tatay. May plato para kay Impay.

Kapatid ko si Impay. Si Impay ay sampung taong gulang. Nag-aaral siya sa paaralan malapit sa aming bahay. Masayahin siyang bata. Mahilig siyang magkuwento.

"Cora, gisingin mo na si Impay," sabi ni Nanay. "Opo," sagot ko.

Pumunta ako sa kwarto ni Impay. Mahimbing pa ang tulog niya. "Impay, gising na. Handa na ang almusal," sabi ko. Umupo siya sa kama. Humikab siya.

"Magandang umaga, Ate Cora," bati niya. "Magandang umaga rin, Impay," sagot ko.

Inayos ni Impay ang kanyang kama. Tiniklop niya ang kumot. Inayos din niya ang unan. Tinuruan namin siya na mag-ayos ng kama araw-araw. Sinamahan ko sya sa pagdarasal.

Pumunta kami ni Impay sa kusina. Si Impay ang nagdasal bago kumain. "Salamat po sa bagong araw. Salamat po sa masarap na almusal. Amen," dasal ni Impay. Napangiti ako. Napakabait na bata ng aking kapatid.

Nagtimpla ako ng gatas para kay Impay. Gusto niya ang matamis na gatas.

"Kumain ka nang mabuti," sabi ni nanay kay Impay. "Opo," sagot ni Impay.

"Nanay, mataas ang mga grado ko!" tuwang-tuwang sabi ni Impay. "Aba, ang galing mo talaga Impay," sagot ni Tatay. "Pagbutihan mo pa lalo, Impay," sabi ko naman.

Ngumiti si Impay. Masaya siya sa balita niya sa amin.

"Nanay, bukas ay tortang talong ang ulam natin," masayang sabi ni Impay.

"Sige, anak," sagot ni nanay. "May bunga na ang talong natin sa likod ng bahay."

Inubos ni Impay ang gatas sa kanyang tasa. "Salamat sa matamis na gatas, Ate Cora," sabi niya.

"Walang anuman, Impay," sagot ko. Gusto ko ay lumaking malusog si Impay.

Simple ang aming almusal pero masarap. Busog na busog kami. Inubos ko ang kape sa aking tasa.

Pagkatapos kumain, tumayo si Nanay. Kinuha niya ang basket. Ilalagay niya roon ang pagkain at prutas para kay Tatay. Dadalhin ni Tatay Betong iyon sa bukid.

Nilagay ni Nanay ang tinapay sa basket. Naglagay din siya ng mangga at saging. May nilagang itlog din. Naglagay siya ng bote ng tubig.

"Tama na ito," sabi ni Nanay. Tumango naman si Tatay.

Pagkatapos ng almusal, iniligpit namin ang mesa. Hinugasan ko ang mga plato. Pinunasan naman ni Impay ang mesa.

Nagpaalam na si Tatay. "Mauna na ako," sabi niya. "Ingat ka po, Tatay," sagot namin.

Lumabas si Tatay ng bahay. Dala niya ang basket na hinanda ni Nanay.

Tahimik ulit ang bahay. Busog ang aming tiyan. Masaya ang umaga naming pamilya.

Exercises:

A. FILL IN THE BLANK

gatas	magluto	basket	talong
itlog			

1. Masarap ______________ si Nanay Lorna.

2. ______________ ang ulam nila.

3. Gusto ni Impay na tortang ______________ ang ulam bukas.

4. Uminom ng ______________ si Impay.

5. Dinala ni Tatay ang ______________ sa bukid.

B. WH- Questions

1. Sino ang masarap magluto sa bahay?

    ____

2. Ano ang niluto ni Nanay para sa almusal?

    ____

3. Sino ang ginising ni Cora sa umaga?

    ____

4. Ano ang ininom ni Impay sa almusal?

    ____

5. Saan pupunta si Tatay Betong pagkatapos kumain?

____

C. TRUE or FALSE

__________ 1. Itlog ang ulam nina Cora.

__________ 2. Mahilig magkwento si Impay.

__________ 3. Hindi nagdasal si Impay bago kumain.

__________ 4. May prutas sa basket para kay Tatay.

__________ 5. Masama ang pakiramdam ni Impay sa umaga.

ANSWER KEY:

A. Fill in the blank

1. magluto
2. itlog
3. talong
4. gatas
5. basket

B. WH- Questions

1. Nanay Lorna
2. Itlog at sinangag
3. Impay
4. gatas
5. bukid

C. True or False

1. True
2. True
3. False
4. True
5. False

Story 3: Paghahanda ni Cora sa Trabaho

Ako si Cora. Nagtatrabaho ako sa isang bangko. Tatlong taon na akong nagtatrabaho roon. Mula Lunes hanggang Biyernes ang pasok ko. Maaga akong pumasok. Kailangan kong maghanda nang maayos bago umalis ng bahay.

Pagkatapos ng almusal, tumingin ako sa orasan. Alas-siyete pa lang. May oras pa ako. Ayaw kong magmadali. Gusto kong maayos ang lahat bago ako pumasok sa trabaho.

Nag-init muna ako ng tubig. Gagamitin ko ito sa pagligo. Malamig ang tubig sa umaga. Naligo ako. Pagkatapos, nagpunas ako ng katawan. Pinunasan ko rin ang aking buhok.

Nagsipilyo ako ng ngipin. Naghilamos ako ng mukha. Tumingin ako sa salamin. Maayos ang aking itsura. Handa na akong magbihis.

Pumunta ako sa aking kwarto. Binuksan ko ang aparador. Tumingin ako sa aking mga damit. Sinuot ko ang aking uniporme. Gabi pa lang ay pinlantsa ko na ito. Kailangan malinis at maayos ang damit sa opisina.

Kulay puti at lila ang aking blouse. Itim naman ang slacks. Isinuot ko ang aking sapatos.

Nagsuklay ako ng buhok. Minsan tinatali ko ang aking buhok. Ngayon, tinirintas ko ito. Ayaw kong magulo ang buhok ko sa trabaho.

Pagkatapos, kinuha ko ang aking bag. Inilagay ko ito sa kama. Binuksan ko ang bag. Isa-isa kong inilagay ang aking mga gamit.

Nilagay ko ang aking wallet. Nilagay ko ang aking ID. Nilagay ko ang aking cellphone. Nilagay ko rin ang charger.

Nilagay ko rin ang panyo. Nilagay ko ang alcohol. Mahalaga na malinis ang kamay. Nilagay ko rin ang aking baon.

Kinuha ko ang payong. Nilagay ko ito sa bag. Minsan umuulan sa umaga. Mas mabuti na ang handa.

Isinara ko ang bag. Binuhat ko ito. Hindi mabigat ang bag ko. Tama lang ang laman.

Lumabas ako ng kwarto. Pumunta ako sa sala. Nandoon si Nanay Lorna. Nakikinig siya ng radyo.

"Papasok na ako, Nanay," paalam ko. "Mag-iingat ka," sagot ni Nanay.

Pumunta ako sa kusina. Umiinom si Impay ng tubig. Handa na rin siyang pumasok sa paaralan.

"Ate, anong oras ka uuwi?" tanong ni Impay. "Mga alas-singko ng hapon," sagot ko.

Uminom ako ng isang baso ng tubig. Mahalaga sa akin ang uminom bago pumasok sa trabaho.

Bumalik ako sa kwarto. Sinigurado kong maayos ang kama. Pinatay ko ang ilaw. Isinara ko ang bintana. Tumingin ulit ako sa orasan. Malapit na ang oras ng alis ko.

Lumabas ako ng kwarto. Huminga ako nang malalim. Hinawakan ko ang aking bag. Tiningnan ko ang sarili sa salamin sa sala. Maayos ang aking damit. Maayos ang aking buhok.

Si Impay ay nagsusuot ng kanyang bag. Malaki ang bag niya. "Ang bigat ng bag mo," sabi ko. "Opo," sagot niya. "Marami po kaming libro."

Tinulungan ko si Impay. Inayos ko ang kanyang bag. Isinara ko ang zipper.

Inayos ko ang buhok ni Impay. Sinuklay ko ang mahaba niyang buhok.

Nagpaalam muli kami kay Nanay. Handa na ako sa trabaho. Handa na rin si Impay sa paaralan.

Sabay kaming lumabas ng bahay. Ihahatid ko muna si Impay sa paaralan. Hawak kamay kaming naglakad sa kalsada. Nagpaalam ako kay Impay nang makarating kami sa paaralan.

"Galingan mo sa klase," sabi ko kay Impay. Tumango naman siya at kumaway.

Exercises:

A. FILL IN THE BLANK

puti	tubig	bangko	libro
alcohol			

1. Nagtatrabaho si Cora sa ______________.
2. Kulay ______________ at lila ang blouse ni Cora.
3. Mahalagang maglagay ng ______________ sa kamay.
4. Uminom ng ______________ si Impay.
5. Maraming laman na ______________ ang bag ni Impay.

B. WH- Questions

1. Saan nagtatrabaho si Cora?

   ____

2. Anong oras tumingin si Cora sa orasan?

   ____

3. Ano ang suot ni Cora sa trabaho?

   ____

4. Anong kulay ang slacks ni Cora?

   ____

5. Sino ang hinatid ni Cora sa paaralan?

   ____

C. TRUE or FALSE

__________ 1. Si Cora ay isang guro.

__________ 2. Sinuklay ni Cora ang mahabang buhok ni Impay.

__________ 3. Dala ni Cora ang kanyang payong.

__________ 4. Maraming laman na libro ang bag ni Impay.

_________ 5. Hawak kamay na lumabas si Cora at Impay.

ANSWER KEY:

A. Fill in the blank

    1. bangko
    2. puti
    3. alcohol
    4. gatas
    5. libro

B. WH- Questions

    1. bangko
    2. alas-siyete
    3. uniporme
    4. itim
    5. Impay

C. True or False

    1. False
    2. True
    3. True
    4. True
    5. True

Story 4: Byahe ni Cora Papunta sa Trabaho

Tuwing umaga, bumibiyahe ako papunta sa trabaho. Nasa siyudad ang aming bangko. Isang oras mahigit ang byahe ko papunta sa opisina. Kailangan kong sumakay ng pampublikong sasakyan. Araw-araw ko itong ginagawa mula Lunes hanggang Biyernes.

Maaga akong umaalis ng bahay. Bitbit ko ang aking bag. May baon ako sa loob ng aking bag. May ID, cellphone, at wallet. Bago ako tuluyang umalis, sinigurado kong maayos ang aking gamit at nakasara ang bag.

Paglabas ko ng bahay, tumingin ako sa paligid. Marami nang tao sa kalsada. Mayroon ding katulad kong papasok sa trabaho. May mga estudyante rin na papasok sa paaralan. May mga tindahan na bukas na. Amoy ko ang tinapay mula sa panaderya sa kanto.

Naglakad ako papunta sa sakayan ng jeep. Hindi ito kalayuan mula sa bahay. May ilang tao na naghihintay na rin doon. Ang iba ay tahimik lang. Ang iba naman ay nag-uusap. May hawak na cellphone ang ilan sa kanila.

Habang naghihintay ng jeep, hinawakan ko ang aking bag. Sinigurado kong nasa loob ang aking mga gamit. Tumingin ako sa aking cellphone. Maaga pa. Hindi pa ako mahuhuli sa trabaho.

Dumating ang jeep. Tumigil ako sa pinto ng jeep. "Jeep po!" sabi ng konduktor. Sumakay ako ng jeep.

Umupo ako malapit sa bintana. Gusto kong makita ang tanawin sa labas. Maliwanag na ang umaga. Kita na ang araw sa langit.

Habang umaandar ang jeep, nakita ko ang mga bahay sa gilid ng kalsada. May mga sari-sari store. May mga karinderya. May paaralan din. May mga batang naglalakad na may suot na uniporme.

May sumakay na matandang babae. Tumayo ang isang lalaki at inalok siya ng upuan. Umupo ang matanda at ngumiti. Tahimik lang ang loob ng jeep. Ang ilan ay nakatingin sa labas. Ang iba ay abala sa kanilang cellphone.

Humawak ako sa hawakan. Puno ng pasahero ang jeep.

Tahimik ang biyahe. May ilang pasahero na nagce-cellphone. May ilan na nakatingin lang sa labas.

Dumaan kami sa palengke. Maraming tao roon. May nagbebenta ng gulay at prutas. May mga mamimili na maaga ring namimili. Mabagal ang takbo ng jeep dahil marami ang sasakyan.

Narinig ko ang busina ng mga kotse at motorsiklo. Humawak ako sa hawakan ng jeep. Maingat ang drayber, pero masikip ang kalsada. Mahalaga ang maging maingat sa biyahe.

Pagkalipas ng ilang minuto, malapit na ako sa babaan. Tumayo ako at lumapit sa pintuan. "Para po," sabi ko. Huminto ang jeep at bumaba ako. Nagpasalamat ako sa drayber bago ako tuluyang bumaba.

Naglakad ako sa sidewalk papunta sa aking opisina. Maraming tao sa paligid. May mga empleyado at may mga estudyante rin. Tahimik akong naglakad habang hawak ang aking bag.

Huminto ako sandali at uminom ng tubig. Mahalaga sa akin ang uminom lalo na sa umaga. Pagkatapos, naglakad ulit ako. Nakita ko na ang gusali ng opisina. Malinis ang paligid at maayos ang lugar.

Bago pumasok, tumingin ako sa aking orasan. Sakto ang oras. Hindi ako late. Inayos ko ang aking bag at damit. Huminga ako nang malalim.

Natapos ang aking biyahe. Handa na akong pumasok sa trabaho.

"Magandang umaga, Cora!" bati sa akin ni Vivian. Si Vivian ay isa sa mga katrabaho ko. Siya rin ang lagi kong kasama sa tanghalian. Siya ang pinakamalapit kong katrabaho.

"Magandang umaga, Vivian," sagot ko. "Sabay na tayong pumasok."

Handa na kaming pumasok sa opisina.

Exercises:

A. FILL IN THE BLANK

<table>
<tr><td>jeep</td><td>tinapay</td><td>babaan</td><td>byahe</td></tr>
<tr><td>bangko</td><td></td><td></td><td></td></tr>
</table>

1. Nagtatrabaho si Cora sa isang _____________.
2. Isang oras mahigit ang _____________ ni Cora papunta sa opisina.
3. Sumakay si Cora ng _____________ papunta sa trabaho.
4. Amoy ni Cora ang _____________ mula sa panaderya sa kanto.
5. Bumaba si Cora sa _____________ bago makarating sa opisina.

B. WH- Questions

1. Saan nagtatrabaho si Cora?
   ____

2. Kailan bumibiyahe si Cora papunta sa trabaho?
   ____

3. Ano ang sinasakyan ni Cora papunta sa opisina?
   ____

4. Ano ang nakita ni Cora habang umaandar ang jeep?
   ____

5. Sino ang bumati kay Cora pagdating niya sa opisina?
   ____

C. TRUE or FALSE

_________ 1. Nasa probinsya ang bangko na pinagtatrabahuhan ni Cora.

_________ 2. Maaga umaalis ng bahay si Cora.

_________ 3. Tahimik ang biyahe at walang pasahero ang jeep.

_________ 4. Nagpasalamat si Cora sa drayber bago bumaba.

_________ 5. Nahuli si Cora sa pagpasok sa opisina.

ANSWER KEY:

A. Fill in the blank

1. bangko
2. byahe
3. jeep
4. tinapay
5. babaan

B. WH- Questions

1. bangko
2. umaga
3. jeep
4. bahay, tindahan, at mga tao sa kalsada
5. Vivian

C. True or False

1. False
2. True
3. False
4. True
5. False

Story 5: Trabaho ni Vivian sa Bangko

Nagtatrabaho ako sa isang bangko sa siyudad. Tatlong taon na akong nagtatrabaho sa bangkong ito. Araw-araw akong pumapasok mula Lunes hanggang Biyernes. Maaga akong gumigising at maaga rin akong dumarating sa trabaho dahil ayaw kong mahuli. Mahalaga sa akin ang oras.

Pagdating ko sa bangko, humihinto muna ako sa pintuan. Tinitingnan ko ang oras sa aking relo. Pagkatapos, pumapasok na ako sa loob. Binabati ko ang aking mga katrabaho. Binabati rin nila ako. Sinasabi namin ang "Magandang umaga" sa isa't isa. Magalang kami sa loob ng bangko.

May sarili akong mesa sa bangko. May computer sa mesa. May telepono at maraming papel. Inilalagay ko ang aking bag sa ilalim ng mesa. Inaayos ko ang aking upuan. Gusto kong maayos ang aking inuupuan bago magsimula ang trabaho.

Binubuksan ko ang computer. Naghihintay ako hanggang handa na ito. Habang naghihintay, inaayos ko ang mga papel sa mesa. May mga form na kailangang ilagay sa tamang lugar. May mga papel na kailangang ipunin. Gusto ko ang malinis at maayos na mesa dahil mas madali akong magtrabaho kapag maayos ang paligid.

Pagkatapos, tinitingnan ko ang oras. Malapit nang magbukas ang bangko. May mga tao na sa labas. Nakikita ko sila mula sa bintana. Ang iba ay tahimik lang. Ang iba ay may hawak na papel. Naghihintay sila ng oras ng pagbukas.

Kapag bukas na ang bangko, pumapasok na ang mga kliyente. Ang iba ay kukuha ng pera. Ang iba ay maglalagay ng pera. May mga kliyente rin na magbabayad ng bills. Isa-isa silang lumalapit sa aking mesa. Binabati ko sila at tinatanong kung ano ang kailangan nila.

Kapag may kliyente, tinatanggap ko ang kanilang papel. Tinitingnan ko ang pangalan at detalye. Nilalagay ko ang impormasyon sa computer. Dahan-dahan akong nagta-type dahil ayaw kong magkamali. Mahalaga ang tama at malinaw na impormasyon sa bangko.

Pagkatapos, ibinibigay ko ang resibo sa kliyente. Nagpapasalamat sila sa akin. Nagpapasalamat din ako sa kanila. Pagkatapos, may susunod na kliyente na naman. Paulit-ulit ang aking gawain, pero ginagawa ko ito nang maayos.

Maraming kliyente sa umaga. Minsan mahaba ang pila. May mga kliyente na nakatayo. May mga kliyente na nakaupo. Tahimik ang loob ng bangko. Naririnig ko lang ang tunog ng keyboard at telepono.

Paminsan-minsan, tumutunog ang telepono sa aking mesa. Sinasagot ko ito. May nagtatanong tungkol sa oras ng bangko. May nagtatanong tungkol sa kanilang account. Kapag hindi ko alam ang sagot, tinatanong ko ang aking katrabaho. Mahalaga ang pagtutulungan sa trabaho.

May oras din na tumatayo ako mula sa aking upuan. Inaayos ko ang aking likod at balikat. Matagal akong nakaupo kaya kailangan kong tumayo sandali. Pagkatapos, bumabalik ako sa aking mesa at ipinagpapatuloy ang aking trabaho.

Sa kalagitnaan ng umaga, lumapit sa akin si Vivian. Siya ay aking katrabaho sa bangko. Madalas kaming magkasabay kumain tuwing tanghalian. Tinanong niya ako kung ayos lang ang aking trabaho. Sinabi ko na marami lang talagang kliyente, pero kaya ko naman.

Ngumiti si Cora. Sinabi niya na malapit na ang tanghalian. Tumango ako at bumalik sa aking mesa. Tinapos ko muna ang aking ginagawa bago magpahinga.

Unti-unti, nababawasan ang mga kliyente. Mas nagiging tahimik ang loob ng bangko. Inaayos ko ulit ang aking mesa. Inilalagay ko ang mga papel sa tamang lugar. Isinasara ko ang computer.

Kinuha ko ang aking bag sa ilalim ng mesa. Huminga ako nang malalim. Masaya ako sa aking trabaho sa bangko. Kahit paulit-ulit ang aking gawain, mahalaga ito. May natutulungan akong mga tao araw-araw.

Handa na akong magtanghalian.

Exercises:

A. FILL IN THE BLANK

<table>
<tr><td>telepono Lunes   papel   magkamali
Vivian</td></tr>
</table>

1. Sumasagot ng ___________ si Cora.
2. Araw-araw siyang pumapasok mula ___________ hanggang Biyernes.
3. May computer, telepono, at mga ___________ sa mesa niya.
4. Dahan-dahan siyang nagta-type dahil ayaw niyang ___________.
5. Si ___________ ay katrabaho niya na lumapit sa kanya sa kalagitnaan ng umaga.

B. WH- Questions

1. Ilang taon na nagtatrabaho si Cora sa bangko?
2. Saan tumingin si Cora para makita ang mga tao sa labas?
3. Ano ang ibinibigay niya sa kliyente pagkatapos ng transaksyon?
4. Saan nanggagaling ang ingay sa loob ng opisina?
5. Kanino nagtatanong si Cora kapag hindi niya alam ang sagot sa kliyente?

C. TRUE or FALSE

___________ 1. Hatinggabi ang pasok ni Cora sa bangko.

___________ 2. Mahalaga kay Cora ang oras kaya maaga siyang dumarating.

___________ 3. Maingay sa loob ng bangko habang maraming kliyente.

___________ 4. Inaayos ni Cora ang kanyang mesa dahil gusto niya ng malinis na paligid.

________ 5. Hindi siya masaya sa kanyang trabaho sa bangko.

ANSWER KEY:

A. Fill in the blank

1. telepono
2. Lunes
3. papel
4. magkamali
5. Vivian

B. WH- Questions

1. tatlo
2. bintana
3. resibo
4. keyboard at telepono
5. katrabaho

C. True or False

1. False
2. True
3. False
4. True
5. False

Story 6: Tanghalian ni Cora

Nagtatrabaho ako sa isang bangko sa siyudad. Kapag tanghali, nagpapahinga kami sandali mula sa trabaho. Mahalaga sa akin ang tanghalian dahil nagbibigay ito ng lakas para sa buong hapon. Kapag busog ako, mas madali akong makapagtrabaho.

Pagsapit ng alas-dose, tumunog ang orasan sa loob ng bangko. Senyales ito na oras na ng tanghalian. Tumayo ako mula sa aking upuan. Inayos ko muna ang mga papel sa mesa. Inilagay ko ang mga form sa tamang lalagyan. Isinara ko ang computer at kinuha ko ang aking bag. Handa na akong lumabas.

Lumapit sa akin si Vivian. Siya ang aking katrabaho at kaibigan sa trabaho. Madalas kaming magkasabay kumain tuwing tanghali. "Tanghalian na," sabi niya. Ngumiti ako at tumango. Sabay kaming naglakad palabas ng opisina. Maraming empleyado rin ang palabas ng gusali.

Paglabas namin ng bangko, mainit ang araw. Maliwanag ang paligid. May mga sasakyan sa kalsada at may mga taong naglalakad. Naglakad kami papunta sa karinderya na malapit sa bangko. Hindi ito kalayuan kaya mabilis kaming nakarating.

Pagdating sa karinderya, nakita namin ang maraming tao. May mga empleyado at may mga estudyante rin. Umupo kami sa isang bakanteng mesa. Maliit lang ang karinderya pero malinis. May menu na nakasulat sa pisara sa harap.

Tumingin ako sa menu. May adobo, tinola, prito, at gulay. Simple lang ang mga ulam. Pinili ko ang adobo at kanin. Paborito ko ang adobo dahil masarap at madaling kainin. Si Vivian naman ay umorder ng gulay at isda. Uminom kami ng malamig na tubig habang naghihintay.

Habang naghihintay ng pagkain, nag-usap kami ni Vivian. Tinanong niya ako kung pagod ako sa trabaho. Sinabi ko na medyo pagod, pero ayos lang. Sanay na ako sa aking gawain sa bangko. Tinanong ko rin siya tungkol sa kanyang umaga. Sinabi niya na maraming kliyente kanina.

Habang kumakain kami, may dumating na ibang empleyado mula sa bangko. Umupo sila sa katabing mesa. Narinig ko ang kanilang usapan. Tungkol din ito sa trabaho at pagkain. Tahimik lang akong nakinig habang patuloy na kumakain. Masarap ang pagkain at sapat ang aking oras ng pahinga.

May tindera na lumapit sa aming mesa. Tinanong niya kung gusto pa namin ng sabaw. Tumango ako at ngumiti. Nilagyan niya ng kaunting sabaw ang aking mangkok. Mainit ito at masarap. Nagpasalamat ako sa kanya.

Maya-maya, dumating na ang aming pagkain. Mainit ang kanin at ulam. Kumain kami nang dahan-dahan. Tahimik muna kami habang kumakain. Masarap ang adobo at sapat ang kanin. Nabusog ako. Uminom ulit ako ng tubig pagkatapos kumain.

Pagkatapos ng ilang sandali, nagkwento si Vivian tungkol sa kanyang pamilya. Nakinig ako sa kanya. Simple lang ang kanyang kwento. Masaya ako na may kausap ako habang kumakain. Mas masarap ang pagkain kapag may kasabay.

Matapos naming ubusin ang pagkain, tumayo kami at nagbayad sa tindera. Nagpasalamat kami sa kanya. Lumabas kami ng karinderya at naglakad pabalik sa bangko. Mainit pa rin ang araw kaya dahan-dahan lang ang aming lakad.

Pagdating sa opisina, pumasok kami at dumiretso sa aming mga mesa. Inilagay ko ang aking bag sa ilalim ng mesa. Umupo ako at binuksan muli ang computer. Pakiramdam ko ay mas may lakas na ako para magtrabaho.

Natapos ang aking tanghalian. Busog ang aking tiyan at handa na akong ipagpatuloy ang aking trabaho sa bangko hanggang hapon.

Exercises:

A. FILL IN THE BLANK

<table>
<tr><td>opisina karinderya
bag</td><td>adobo</td><td>orasan</td></tr>
</table>

1. Inilagay ni Cora ang kanyang ______________ sa ilalim ng mesa.
2. Tumunog ang ______________ bilang senyales ng tanghalian.
3. Kumain sina Cora at Vivian sa isang ______________.
4. Paboritong ulam ni Cora ang ______________.
5. Pagkatapos kumain, bumalik sila sa ______________.

B. WH- Questions

1. Kailan nagpapahinga si Cora mula sa trabaho?
2. Sino ang kasabay ni Cora sa tanghalian?
3. Saan sila kumain ng tanghalian?
4. Ano ang biniling ulam ni Cora sa karinderya?
5. Anong ulam ang binili ni Vivian?

C. TRUE or FALSE

__________ 1. Mahalaga kay Cora ang tanghalian.

__________ 2. Malayo ang karinderya mula sa bangko.

__________ 3. Tahimik lang si Cora habang kumakain.

__________ 4. Hindi nagbayad sina Cora at Vivian sa karinderya.

__________ 5. May lakas si Cora pagkatapos ng tanghalian.

ANSWER KEY:

A. Fill in the blank

1. bag
2. orasan
3. karinderya
4. adobo
5. opisina

B. WH- Questions

1. tanghali
2. Vivian
3. karinderya
4. Adobo
5. gulay at isda

C. True or False

1. True
2. False
3. True
4. False
5. True

Story 7: Pag-uwi ni Cora

Kapag hapon na, naghahanda na akong umuwi mula sa trabaho sa bangko. Pagod ang aking katawan pagkatapos ng maghapon na trabaho, pero masaya rin ako dahil tapos na ang oras ng trabaho. Iniisip ko na makakapagpahinga na ako pag-uwi sa bahay.

Pagsapit ng alas-singko ng hapon, tumingin ako sa orasan sa opisina. Oras na para umuwi. Tumayo ako mula sa aking upuan. Inayos ko ang aking mesa. Inilagay ko ang mga papel sa tamang lalagyan. Isinara ko ang computer at kinuha ko ang aking bag. Huminga ako nang malalim bago lumabas ng opisina.

Lumapit sa akin si Vivian. Siya ang aking katrabaho at kaibigan. Madalas kaming sabay umuwi. "Uuwi ka na?" tanong niya. "Oo," sagot ko. "Tara," sabi niya. Sabay kaming naglakad palabas ng opisina.

Paglabas namin ng bangko, nakita namin ang maraming tao sa labas. May mga sasakyan sa kalsada. May mga taong naglalakad pauwi. Medyo malamig na ang hangin. Papalubog na ang araw. Nakita namin ang mga tindahan ng street food sa labas ng opisina. Maraming ilaw at maraming tao roon.

"Dumaan muna tayo," sabi ni Vivian. "Sige," sagot ko. Medyo gutom pa rin ako kahit kumain ako ng tanghalian. Naglakad kami papunta sa mga tindahan ng street food.

May nagbebenta ng fish ball, kikiam, at kwek-kwek. May nagbebenta rin ng banana cue at turon. Amoy na amoy ang pritong pagkain. May mga taong nakapila. Tahimik kaming naghintay habang hawak ang aming bag.

"Anong gusto mo?" tanong ni Vivian.

"Fish ball," sagot ko.

"Ako rin," sabi niya.

Umorder kami ng tig-isang stick ng fish ball. May mga sawsawan sa mesa. Pinili ko ang matamis na sawsawan. Si Vivian naman ay maanghang ang gusto. Kumain kami nang dahan-dahan dahil mainit pa ang pagkain.

Pagkatapos naming kumain ng street food, naglakad pa ako sandali. May maliit na tindahan sa gilid ng kalsada. Maliwanag ang ilaw at may maraming paninda. Naisip ko ang aking pamilya sa bahay. Naisip ko si Impay at ang aking mga magulang.

"Bibili muna ako ng pasalubong," sabi ko sa sarili ko. Lumapit ako sa tindahan. May tinapay, kendi, at prutas. Simple lang ang mga paninda, pero alam kong matutuwa ang aking pamilya.

Bumili ako ng tinapay para kina Nanay at Tatay. Alam kong gusto nila ito sa gabi. Mabango ang tinapay at mainit pa. Inilagay ko ito sa isang maliit na supot. Maingat kong hinawakan ang supot.

Para kay Impay, bumili ako ng kendi at tsokolate. Alam kong gusto niya ang matatamis. Ngumiti ako habang hawak ang pasalubong. Naisip ko ang kanyang ngiti kapag nakita niya ang aking dala.

Nagbayad ako sa tindera. "Salamat po," sabi ko. "Salamat din," sagot niya. Inilagay ko ang pasalubong sa aking bag. Sinigurado kong maayos ang pagkakalagay.

Paglabas ko ng tindahan, huminga ako nang malalim. Masaya ang aking pakiramdam. Kahit pagod ako sa trabaho, masaya akong may maiuuwi para sa aking pamilya.

Naglakad na ako papunta sa sakayan. Hawak ko ang aking bag. Mabigat nang kaunti ang bag dahil sa pasalubong, pero ayos lang. Masaya akong uuwi sa bahay.

Pagdating sa kanto, huminto kami ni Vivian. "Dito na ako," sabi niya. "Sige, ingat ka," sagot ko. "Ikaw rin," sabi niya. Nagpaalam kami sa isa't isa.

Naglakad ako papunta sa sakayan. Hawak ko ang aking bag. Pagod pa rin ang aking katawan, pero mas maayos ang pakiramdam ko. Iniisip ko ang aking pamilya at ang bahay.

Habang naglalakad, nakita ko ang mga ilaw sa kalsada. Papalubog na ang araw. Maraming tao ang pauwi rin galing sa trabaho. Tahimik akong naglakad at nag-ingat sa daan.

Malapit na akong makasakay pauwi. Natapos na ang aking araw sa trabaho. Handa na akong umuwi at magpahinga sa bahay.

Exercises:

A. FILL IN THE BLANK

<table>
<tr><td>street</td><td>bag</td><td>kendi/tsokolate</td><td>umuwi</td></tr>
<tr><td>pasalubong</td><td></td><td></td><td></td></tr>
</table>

1. Pagkatapos ng trabaho, naghahanda si Cora na ____________.
2. Dumaan muna sina Cora at Vivian sa ____________ food.
3. Bumili si Cora ng ____________ bilang pasalubong.
4. Para kay Impay, bumili si Cora ng ____________.
5. Inilagay ni Cora ang pasalubong sa kanyang ____________.

B. WH- Questions

1. Sino ang kasabay ni Cora sa pagdaan sa street food?
2. Saan dumaan si Cora bago umuwi?
3. Para kanino ang pasalubong ni Cora?
4. Ano ang binili ni Cora para kay Impay?
5. Kailan umuuwi si Cora?

C. TRUE or FALSE

__________ 1. Dumaan muna sina Cora at Vivian sa street food.

__________ 2. Bumili ng pasalubong si Cora.

__________ 3. Bumili si Cora ng tinapay para sa kanyang mga magulang.

__________ 4. Malungkot si Cora sa araw na iyon.

__________ 5. Umuwi agad si Cora nang hindi dumadaan sa tindahan.

ANSWER KEY:

A. Fill in the blank

1. umuwi

2. street

3. tinapay

4. kendi/tsokolate

5. bag

B. WH- Questions

1.Vivian

2. street food

3. Nanay Lorna, Tatay Betong, Impay

4. kendi/tsokolate

5. hapon

C. True or False

1. True
2. True
3. True
4. False
5. False

Story 8: Gabi sa Bahay nina Cora

Pagkatapos ng mahabang araw sa trabaho, dumating na ako sa bahay. Pagod ang aking katawan, pero masaya ang aking pakiramdam. Tahimik ang paligid at nakabukas ang ilaw sa loob ng bahay. Alam kong naroon na ang aking pamilya at ligtas na ako sa bahay. Ramdam ko ang ginhawa kapag ako ay nasa aming tahanan.

Pagpasok ko sa bahay, tinanggal ko ang aking sapatos at inayos ko ito sa tabi ng pinto. Inilagay ko ang aking bag sa upuan at umupo sandali sa sala. Huminga ako nang malalim. Mabigat ang aking katawan, pero gumaan ang aking pakiramdam nang makita ko ang aming bahay.

Mula sa kusina, narinig ko si Nanay Lorna. Tinanong niya kung dumating na ako at kung kumusta ang aking araw. Sinabi ko na pagod ako pero maayos naman ang trabaho. Inilabas ko ang tinapay na binili ko para kina Nanay at Tatay. Mabango ito at mukhang masarap. Masaya silang tumanggap ng pasalubong at nagpasalamat sa akin.

Lumabas si Impay mula sa kanyang kwarto. Hawak niya ang kanyang lapis at notebook. Inilabas ko ang kendi at tsokolate na binili ko para sa kanya. Ngumiti siya nang malaki at agad na nagpasalamat. Nakaramdam ako ng tuwa dahil napasaya ko ang aking kapatid kahit sa simpleng pasalubong.

Umupo muna ako sa sala at pinahinga ang aking mga paa. Tahimik ang paligid at naririnig ko lang ang tunog mula sa kusina. Maya-maya, tinawag na kami ni Nanay para maghapunan. Handa na raw ang pagkain at sabay-sabay na kaming kakain.

Umupo kaming lahat sa mesa. Naroon si Nanay, si Tatay, at si Impay. Simple lang ang aming hapunan. May kanin at ulam. Bago kumain, nagdasal kami at nagpasalamat sa pagkain at sa buong araw. Mahalaga sa amin ang pagsasalo-salo tuwing gabi.

Habang kumakain, nagkwentuhan kami tungkol sa aming araw. Tinanong ni Tatay kung kumusta ang trabaho ko sa bangko. Sinabi ko na marami akong ginawa pero natapos ko naman ang aking mga gawain.

Kinamusta ko rin si Impay tungkol sa kanyang araw sa paaralan. Masaya siyang nagkwento ng kanyang klase at mga kaibigan.

Pagkatapos ng hapunan, iniligpit namin ang mesa. Tinulungan ko si Nanay sa kusina at hinugasan ko ang mga plato. Si Impay naman ay nagpunas ng mesa at inayos ang mga upuan. Tahimik lang kami pero ramdam ang pagtutulungan sa bahay.

Matapos maglinis, umupo kami ni Impay sa mesa sa sala. Inilabas niya ang kanyang proyekto sa paaralan. May papel, lapis, at mga krayola. Tinuruan ko siya kung paano ito gawin. Dahan-dahan kong ipinaliwanag ang bawat hakbang. Nakinig siya nang mabuti at sinunod ang aking mga sinabi. Masaya akong tumulong kahit pagod na ako.

Maya-maya, natapos din namin ang proyekto ni Impay. Masaya siyang ngumiti at nagpasalamat sa aking tulong. Sinabi ko sa kanya na magaling siya at ipagpatuloy niya ang kanyang pag-aaral. Nakaramdam ako ng saya dahil nakatulong ako sa aking kapatid.

Pagkatapos nito, tumingin ako sa orasan at napansin kong gabi na. Nagpaalam ako sa aking pamilya at sinabi kong oras na para magpahinga. Pumasok ako sa aking kwarto at nagpalit ng damit. Humiga ako sa kama at pinahinga ang aking katawan.

Tahimik ang gabi at malamig ang hangin. Iniisip ko ang buong araw ko mula umaga hanggang gabi. Pagod man ako, masaya ako dahil kasama ko ang aking pamilya. Natapos ang aking araw at handa na akong matulog at magpahinga para sa panibagong araw bukas.

Exercises:

A. FILL IN THE BLANK

kama	proyekto	bag	araw
tinapay			

1. Pagod si Cora pagkatapos ng ______________ sa trabaho.
2. Inilagay ni Cora ang kanyang ______________ sa upuan.
3. Bumili si Cora ng ______________ para kina Nanay at Tatay.
4. Tinulungan ni Cora si Impay sa kanyang ______________.
5. Sa huli, humiga si Cora sa ______________.

B. WH- Questions

1. Sino ang tinulungan ni Cora sa proyekto?
2. Saan kumain ang pamilya ni Cora sa gabi?
3. Sino ang nagluto ng hapunan?
4. Ano ang hawak ni Impay nang lumabas siya sa kwarto?
5. Sino ang naghugas ng mga plato?

C. TRUE or FALSE

____________ 1. Dumating si Cora sa bahay pagkatapos ng trabaho.

____________ 2. Walang pasalubong si Cora para sa kanyang pamilya.

____________ 3. Nagdasal ang pamilya bago kumain.

____________ 4. Hindi tinulungan ni Cora si Impay.

____________ 5. Tahimik ang gabi sa bahay ni Cora.

ANSWER KEY:

A. Fill in the blank

1. araw
2. bag
3. tinapay
4. proyekto
5. kama

B. WH- Questions

1. Impay
2. kusina
3. Nanay
4. lapis at notebook
5. Cora

C. True or False

1. True
2. False
3. True
4. False
5. True

Story 9: Ang Bahay ng Pamilya ni Cora

Nakatira ako sa isang simpleng bahay kasama ang aking pamilya. Ang aming bahay ay nasa isang tahimik na lugar. Hindi ito malaki, pero maayos at malinis. Masaya akong umuuwi sa bahay araw-araw dahil dito ako nagpapahinga at kasama ko ang aking pamilya.

Ang labas ng aming bahay ay simple lang. May maliit na bakuran sa harap. May gate at may pintuan ang aming bahay. May dalawang bintana sa harap. Sa bakuran, may mga halaman. May mga paso ng halaman malapit sa pinto. Kami ni Nanay ang nag-aalaga ng mga halaman. Araw-araw naming dinidiligan ang mga ito. Malinis ang paligid ng aming bahay.

Pagpasok sa bahay, ang unang makikita ay ang sala. Ang sala ay hindi malaki, pero sapat para sa amin. May sofa sa sala. May maliit na mesa sa gitna. May telebisyon sa isang sulok. Dito kami madalas umupo at magpahinga. Dito rin kami nagkukwentuhan tuwing gabi. Minsan, nanonood kami ng balita o palabas sa telebisyon.

Sa tabi ng sala ay ang kusina. Ang kusina ay mahalagang bahagi ng aming bahay. May kalan, lababo, at mesa sa kusina. Dito nagluluto si Nanay ng aming pagkain. Tuwing umaga, dito kami nag-aalmusal. Tuwing gabi naman, dito kami naghahanda ng hapunan. May mga plato, baso, at kutsara sa kusina. Malinis ang kusina dahil mahalaga sa amin ang kalinisan.

May maliit na lamesa sa kusina kung saan kami kumakain. Hindi ito malaki, pero sapat para sa aming pamilya. Kapag sabay-sabay kaming kumakain, masaya ang pakiramdam ko. Nag-uusap kami tungkol sa aming araw. Tahimik at payapa ang loob ng bahay kapag kumakain kami.

May mga kwarto ang aming bahay. May kwarto si Nanay at Tatay. May kwarto rin ako at si Impay. Ang kwarto ko ay simple lang. May kama, maliit na mesa, at aparador para sa aking mga damit. Dito ako nagpapahinga at natutulog. Dito rin ako nagbabasa o nagsusulat kapag may oras ako. Gusto ko ang aking kwarto dahil tahimik ito.

Ang kwarto ni Impay ay malapit sa aking kwarto. May kama siya, mesa, at mga gamit sa paaralan. Dito siya nag-aaral at gumagawa ng kanyang proyekto. Minsan, tinutulungan ko siya sa kanyang gawain. Masaya akong kasama ang aking kapatid sa bahay.

May isang banyo ang aming bahay. Ang banyo ay malinis at maayos. Dito kami naliligo at naghihilamos. May timba at tabo sa banyo. Mahalaga ang banyo sa aming bahay dahil dito kami naglilinis ng katawan. Araw-araw naming nililinis ang banyo para manatiling maayos.

Sa likod ng bahay, may maliit na espasyo. Minsan, doon nagsasampay ng damit si Nanay. Minsan din, doon kami nagpapahinga kapag hapon. Tahimik ang paligid at presko ang hangin.

Sa umaga, maliwanag ang loob ng bahay dahil pumapasok ang sikat ng araw sa mga bintana. Binubuksan namin ang mga bintana para pumasok ang hangin. Presko ang loob ng bahay kapag bukas ang mga bintana. Naririnig ko rin ang mga tunog sa labas tulad ng mga ibon at mga taong naglalakad.

Kapag hapon, tahimik ang bahay. Minsan, nagpapahinga ako sa sala. Umuupo ako sa sofa at nagpapahinga ng katawan. Minsan naman, nagbabasa ako ng libro o tumitingin sa telebisyon. Simple lang ang ginagawa ko sa bahay, pero sapat na ito para makapagpahinga ako.

Tuwing gabi, tahimik ang paligid at maliwanag ang ilaw sa loob. Sama-sama kaming kumakain at nag-uusap. Kahit pagod ako galing sa trabaho, gumagaan ang aking pakiramdam kapag nasa bahay na ako.

Ang aming bahay ay hindi bago at hindi magarbo. Simple lang ito. Pero para sa akin, mahalaga ang aming bahay. Dito kami magkakasama bilang pamilya. Dito ako nagpapahinga pagkatapos ng trabaho. Dito rin ako masaya.

Ito ang bahay ng aming pamilya. Simple, malinis, at puno ng pagmamahalan.

Exercises:

A. FILL IN THE BLANK

<table>
<tr><td>timba</td><td>aparador</td><td>bakuran</td><td>sofa</td></tr>
<tr><td>kalan</td><td></td><td></td><td></td></tr>
</table>

1. Ang bahay ni Cora ay may maliit na ___________ sa harap.
2. Sa sala, may ___________ kung saan sila umuupo.
3. Sa kusina, may ___________ na ginagamit sa pagluluto.
4. Sa kwarto ni Cora, may ___________ para sa kanyang damit.
5. Sa banyo, may ___________ at tabo.

B. WH- Questions

1. Saan natutulog si Cora sa loob ng bahay?
2. Sino ang nagsasampay ng damit sa likod ng bahay?
3. Saan kumakain ang pamilya ni Cora?
4. Sino ang kapatid ni Cora?
5. Ano ang ginagamit sa panonood sa sala?

C. TRUE or FALSE

___________ 1. May bakuran ang bahay ni Cora.

___________ 2. Malaki at magarbo ang bahay ni Cora.

___________ 3. May kusina sa loob ng bahay.

___________ 4. May sariling kwarto si Cora.

___________ 5. Walang banyo ang bahay ni Cora.

ANSWER KEY:

A. Fill in the blank

1. bakuran
2. sofa
3. kalan
4. aparador
5. timba

B. WH- Questions

1. kwarto
2. Nanay Lorna
3. kusina
4. Impay
5. telebisyon

C. True or False

1. True
2. False
3. True
4. True
5. False

Story 10: Isang Hapon sa Plaza

Isang hapon, maaga akong nakauwi galing sa trabaho. Napansin ko na tahimik si Impay at hindi gaanong nagsasalita. Karaniwan ay masayahin siya pero noong araw na iyon ay parang may mabigat siyang iniisip. Nakaupo lang siya sa sala at hawak ang kanyang bag sa paaralan.

Lumapit ako sa kanya at tinanong kung ano ang problema. Hindi siya agad sumagot. Maya-maya, sinabi niya na mababa ang nakuha niyang grado sa isang subject sa paaralan. Sinabi niya na nalungkot siya dahil nag-aral naman siya. Nakita ko ang lungkot sa kanyang mukha at naramdaman ko ang kanyang pag-aalala.

Umupo ako sa tabi niya at nakinig. Sinabi ko na normal lang ang malungkot kapag may mababang grado. Sinabi ko rin na hindi lahat ng araw ay maganda sa paaralan. Mahalaga ay patuloy siyang magsikap at huwag sumuko. Tahimik siyang nakinig habang nagsasalita ako.

Upang gumaan ang kanyang pakiramdam, niyaya ko siyang lumabas. Sinabi ko na maglalakad kami papunta sa plaza na malapit sa aming bahay. Pumayag siya at bahagyang ngumiti. Nagpalit kami ng damit at nagpaalam kina Nanay at Tatay bago umalis.

Naglakad kami papunta sa plaza. Presko ang hangin at tahimik ang paligid. May mga taong naglalakad at may mga batang naglalaro. Umupo kami sa isang bangko sa ilalim ng puno. Tahimik muna kami at tiningnan ang paligid ng plaza.

May nagbebenta ng ice cream sa malapit. Tinanong ko si Impay kung gusto niya ng ice cream. Tumango siya. Bumili ako ng tig-isang ice cream para sa amin. Umupo kami muli at kumain. Malamig at masarap ang ice cream.

Habang kumakain, unti-unting gumaan ang pakiramdam ni Impay. Tinanong ko siya kung anong bahagi ng subject ang pinakamahirap para sa kanya. Sinabi niya na nahihirapan siya sa pagkukuwenta. Nakinig ako at sinabi ko na puwede kaming magpraktis sa bahay. Sinabi ko rin na hindi masama ang humingi ng tulong.

Habang nakaupo kami, may ilang batang naglalaro sa malapit. Naririnig namin ang kanilang tawanan. Tumingin si Impay at ngumiti. Sinabi niya na gusto rin niyang maglaro minsan pagkatapos ng klase. Sinabi ko na mahalaga ang pahinga at saya, hindi lang pag-aaral.

Naglakad-lakad kami sa plaza at nakita namin ang maliit na fountain sa gitna. Tumigil kami sandali at tiningnan ang tubig. Tahimik ang paligid at malamig ang hangin. Sinabi ko kay Impay na mahalaga ang magpahinga kapag pagod ang isip.

Tinanong ko rin siya kung ano ang kanyang pangarap. Nag-isip siya sandali at sinabi niya na gusto niyang maging guro balang araw. Ngumiti ako at sinabi ko na maganda ang kanyang pangarap. Sinabi ko rin na ang bawat araw sa paaralan ay isang hakbang papunta sa pangarap.

Bago kami umuwi, sinabi ko kay Impay na proud ako sa kanya dahil nagsisikap siya. Ngumiti siya at tumango. Mas maliwanag na ang kanyang mukha at mas magaan ang kanyang pakiramdam kaysa kanina.

Nagpasya na kaming umuwi. Habang naglalakad pauwi, magaan ang aming pakiramdam. Hawak ni Impay ang aking kamay. Alam kong minsan, sapat na ang pakikinig, pag-unawa, at simpleng payo para gumaan ang loob ng isang tao.

Pagdating namin sa bahay, sinalubong kami ni Nanay. Sinabi ni Impay na ayos na siya. Ngumiti si Nanay at hinaplos ang kanyang ulo. Masaya ako dahil nakatulong ako sa aking kapatid.

Natutunan namin na ang pamilya ay laging nariyan para makinig, umunawa, at magbigay ng lakas ng loob.

Exercises:

A. FILL IN THE BLANK

ice cream	upuan	plaza	guro
grado			

1. Malungkot si Impay dahil sa mababang _____________ sa paaralan.
2. Nagpunta sina Cora at Impay sa _____________.
3. Umupo sila sa isang _____________ sa ilalim ng puno.
4. Bumili si Cora ng _____________ para sa kanilang dalawa.
5. Ang pangarap ni Impay ay maging _____________.

B. WH- Questions

1. Sino ang malungkot sa kuwento?
2. Saan nagpunta sina Cora at Impay?
3. Ano ang kinain nila sa plaza?
4. Sino ang nagbigay ng payo kay Impay?
5. Ilan ang ice cream na binili ni Cora?

C. TRUE or FALSE

_________ 1. Masaya si Impay sa simula ng kuwento.

_________ 2. Niyaya ni Cora si Impay na lumabas.

_________ 3. Kumain sila ng ice cream sa plaza.

_________ 4. Walang pangarap si Impay.

_________ 5. Mas gumaan ang pakiramdam ni Impay sa huli.

ANSWER KEY:

A. Fill in the blank

1. grado
2. plaza
3. upuan
4. ice cream
5. guro

B. WH- Questions

1. Impay
2. plaza
3. ice cream
4. Cora
5. dalawa

C. True or False

1. False
2. True
3. True
4. False
5. True

Story 11: Sabado nina Cora

Isang Sabado ng umaga, wala kaming lakad ng aking pamilya. Kapag ganito ang araw, madalas ay nasa bahay lang kami. Ang Sabado ay araw ng pahinga at paglilinis. Mahalaga sa amin ang malinis at maayos na bahay, kaya ngayong Sabado ay sama-sama kaming naglilinis.

Maaga kaming gumising noong araw na iyon. Pagkatapos mag-almusal, nagsimula na kaming maglinis ng bahay. Si Nanay ay naglinis ng kusina. Hinugasan niya ang mga pinggan at inayos ang mga gamit sa mesa. Pinunasan din niya ang mga kabinet at lababo. Si Tatay naman ay nagwalis sa labas ng bahay. Inayos niya ang bakuran at tinanggal ang mga tuyong dahon.

Ako ay naglinis ng sala. Pinunasan ko ang mga mesa at inayos ang mga upuan. Inayos ko rin ang mga gamit sa estante. Gusto ko ang malinis na sala dahil dito kami madalas umupo at magpahinga. Si Impay naman ay nag-ayos ng kanyang kwarto. Inayos niya ang kama at inilagay ang kanyang mga libro sa tamang lugar.

Habang naglilinis, tahimik ang bahay. Naririnig lang namin ang tunog ng walis at basahan. Paminsan-minsan, nag-uusap kami kung ano pa ang kailangang gawin. Mas madali ang paglilinis kapag nagtutulungan ang buong pamilya.

Pagkatapos ng ilang oras, naging maayos at malinis ang bahay. Maliwanag ang loob at presko ang hangin. Umupo muna kami sandali at nagpahinga. Uminom kami ng tubig at nag-usap ng kaunti. Masarap sa pakiramdam ang malinis na bahay.

Maya-maya, sinabi ni Impay na may darating siyang dalawang kaklase. Gagawa raw sila ng proyekto para sa paaralan. Pumayag sina Nanay at Tatay. Sinabi nila na ayos lang basta maayos ang bahay at tahimik ang paggawa ng proyekto. Natuwa si Impay at agad na naghanda ng mesa sa sala.

Hindi nagtagal, dumating ang dalawang kaklase ni Impay. May dala silang bag, notebook, papel, at lapis. Binati ko sila at pinapasok sa bahay.

Umupo sila sa mesa sa sala at inilabas ang kanilang proyekto. Tahimik silang nag-usap at nagsimulang magsulat.

Habang gumagawa ng proyekto ang mga bata, pinanood ko sila sandali. Nakita ko na nagtutulungan sila at nagpapalitan ng ideya. Masaya akong makita si Impay na masigla at masaya kasama ang kanyang mga kaklase. Paminsan-minsan, nagtatanong sila kung tama ang kanilang ginagawa. Sinagot ko sila nang maayos.

Habang abala sila, naisip ko na maghanda ng meryenda. Pumunta ako sa kusina at tumulong kay Nanay. Naghiwa ako ng tinapay at naghanda ng juice. Simple lang ang meryenda, pero alam kong magugustuhan ito ng mga bata.

Pagkatapos ng ilang sandali, tinawag ko sila. Sinabi ko na handa na ang meryenda. Tumayo ang mga bata at lumapit sa mesa. Kumain sila ng tinapay at uminom ng juice. "Salamat po," sabi ng mga kaklase ni Impay. Ngumiti ako at sinabing walang anuman.

Matapos ang meryenda, bumalik sila sa paggawa ng proyekto. Mas ganado na silang magtrabaho. Si Impay ay aktibo at masaya. Natapos din nila ang kanilang proyekto matapos ang ilang oras. Masaya silang tatlo at nag-ayos ng kanilang mga gamit.

Bago umuwi, nagpasalamat ang mga kaklase ni Impay. Nagpaalam sila kina Nanay at Tatay. Pagkatapos nilang umalis, naging tahimik ulit ang bahay. Umupo kaming pamilya sa sala at nagpahinga.

Ang Sabado na iyon ay simple lang. Naglinis kami ng bahay, tumulong sa isa't isa, at nagbigay ng oras para sa mga bata. Para sa akin, ang ganitong araw ay mahalaga. Sa mga simpleng gawain sa bahay, mas lalong tumitibay ang samahan ng pamilya.

EXERCISES:

A. FILL IN THE BLANK

kaklase	meryenda	bakuran	bahay
kusina			

1. Tuwing Sabado, naglilinis ang pamilya ng ____________.
2. Si Nanay ay naglinis ng ____________.
3. Si Tatay ay nag-ayos ng ____________.
4. Dalawang ____________ ni Impay ang dumalaw sa bahay.
5. Naghanda si Cora ng ____________ para sa mga bata.

B. WH- Questions

1. Sino ang naglinis ng sala?
2. Saan naglinis si Impay?
3. Ano ang ginawa ng mga bata sa bahay?
4. Saan gumawa ng proyekto ang mga kaklase ni Impay?
5. Ano ang ininom ng mga bata sa meryenda?

C. TRUE or FALSE

____________ 1. Lumabas ang pamilya ni Cora buong araw ng Sabado.

____________ 2. Sama-samang naglinis ang pamilya.

____________ 3. May dumalaw na mga kaklase ni Impay.

____________ 4. Hindi naghanda ng meryenda si Cora.

____________ 5. Tahimik ulit ang bahay matapos umalis ang mga bisita.

ANSWER KEY:

A. Fill in the blank

1. bahay
2. kusina
3. bakuran
4. kaklase
5. meryenda

B. WH- Questions

1. Cora
2. kwarto
3. gumawa ng proyekto
4. sala
5. juice

C. True or False

1. False
2. True
3. True
4. False
5. True

Story 12: Isang Araw sa Bukid

Isang araw ng Linggo, nagpunta kaming pamilya sa bukid. Ang bukid ay pagmamay-ari ng aking tatay. Doon siya nagtatrabaho halos araw-araw. Tuwing Linggo, kapag wala siyang trabaho, sama-sama kaming pumupunta roon upang magbonding bilang pamilya. Gustong-gusto ko ang mga araw na ito dahil tahimik at payapa ang bukid.

Maaga kaming nagising noong araw na iyon. Nag-almusal muna kami sa bahay. Pagkatapos, naghanda si Nanay ng pagkain para sa aming picnic. Nagluto siya ng kanin at ulam. Nagdala rin siya ng prutas at tubig. Inilagay niya ang lahat sa basket. Si Impay ay masaya habang tumutulong. "Ate, magpi-picnic tayo," sabi niya. "Oo," sagot ko. "Masaya iyon."

Sumakay kami sa sasakyan at naglakbay papunta sa bukid. Habang nasa biyahe, nakita namin ang mga puno, damo, at bahay sa gilid ng daan. Presko ang hangin at maliwanag ang araw. Tahimik ang paligid at masarap sa pakiramdam ang paglalakbay.

Pagdating namin sa bukid, bumaba kami at tumingin sa paligid. Malawak ang bukid at maraming tanim na palay. Kulay berde ang palay at gumagalaw ito kapag humihip ang hangin. "Ang ganda ng palayan," sabi ko. "Oo," sagot ni Tatay. "Pinaghirapan naming itanim iyan."

May dalawang kalabaw sa bukid. Tahimik lang ang mga ito at kumakain ng damo. May isang baka rin na malapit sa puno. Lumapit si Impay at tiningnan ang mga hayop. "Ate, ang laki ng kalabaw," sabi niya. "Malakas talaga ang kalabaw," sagot ko. "Tumutulong sila sa bukid."

Lumapit si Tatay sa mga hayop at siniguradong ayos ang mga ito. Sanay na sanay siya sa bukid. Ipinaliwanag niya kay Impay kung paano tumutulong ang kalabaw sa pagsasaka. Nakinig si Impay at maraming tanong. Masaya akong makita silang mag-usap.

Samantala, naghanda na si Nanay ng aming kakainan. Naglatag siya ng banig sa ilalim ng malaking puno. Doon kami umupo. Tahimik ang paligid at maririnig ang mga ibon at hangin. Masarap ang pakiramdam na kumain sa labas.

Sabay-sabay kaming kumain ng tanghalian. Simple lang ang pagkain, pero masarap. "Mas masarap ang pagkain kapag sama-sama," sabi ni Nanay. Tumango kaming lahat. Nagkwentuhan kami habang kumakain. Kinamusta ni Tatay ang paaralan ni Impay. Sinabi ni Impay na minsan nahihirapan siya sa aralin, pero nagsisikap siya. "Ayos lang magkamali," sabi ni Tatay. "Ang mahalaga ay patuloy kang mag-aral."

Pagkatapos kumain, nagpahinga muna kami. Humiga si Nanay sandali sa banig. Umupo ako at tumingin sa palayan. Tahimik at maganda ang tanawin. Si Impay naman ay naglaro sa damuhan. Tumakbo siya at tumawa. Masaya siyang naglalaro sa bukid.

Lumapit si Tatay sa akin at sinabi niyang mahalaga ang oras kasama ang pamilya. Sinabi niya na kahit pagod sa trabaho, masaya siya kapag kasama kami. Ngumiti ako. Totoo ang kanyang sinabi.

Bago kami umuwi, naglinis kami ng aming kinainan. Tinupi ni Nanay ang banig. Inayos ko ang mga lalagyan ng pagkain. Si Impay ay tumulong din. Sinigurado ni Tatay na maayos ang bukid at ang mga hayop.

Sumakay na kami pabalik sa sasakyan. Habang pauwi, pagod ang aming katawan, pero masaya ang aming puso. Tahimik ang biyahe at ang bawat isa ay nagpapahinga.

Ang pagpunta namin sa bukid tuwing Linggo ay espesyal para sa akin. Doon kami nagkakasama, nag-uusap, at nagpapahinga. Ang bukid ay hindi lang lugar ng trabaho ni Tatay. Ito rin ay lugar ng aming pamilya at masasayang alaala.

EXERCISES:

A. FILL IN THE BLANK

kalabaw   banig   palay   bukid
berde

1. Pumunta ang pamilya ni Cora sa ______________.
2. Maraming tanim na ______________ sa bukid.
3. May dalawang ______________ at isang baka sa bukid.
4. Naglatag si Nanay ng ______________ sa ilalim ng puno.
5. Kulay ______________ ang palay sa bukid.

B. WH- Questions

1. Sino ang may-ari ng bukid?
2. Sino ang nahiga sa sahig?
3. Ano ang mga hayop na makikita sa bukid?
4. Kailan pumunta ang pamilya sa bukid?
5. Ilan ang kalabaw na mayroon si Tatay Betong?

C. TRUE or FALSE

____________ 1. Isang Linggo, pumunta ang pamilya sa bukid.

____________ 2. Palay ang tanim sa bukid.

____________ 3. Walang hayop sa bukid.

____________ 4. Nag-picnic ang pamilya sa ilalim ng puno.

____________ 5. Pagod pero masaya ang pamilya pag-uwi.

ANSWER KEY:

54

A. Fill in the blank

1. bukid
2. palay
3. kalabaw
4. banig
5. berde

B. WH- Questions

1. Tatay Betong
2. Nanay Lorna
3. kalabaw at baka
4. tuwing Linggo
5. dalawa

C. True or False

1. True
2. True
3. False
4. True
5. True

Story 13: Kaarawan ni Tiya Myrna

Isang araw pagkatapos ng trabaho, pagdating ko sa bahay, niyaya kami ni Nanay Lorna na pumunta sa bahay ng aming tiya. Ang pangalan niya ay Tiya Myrna. Siya ang bunsong kapatid ni Nanay Lorna. Kaarawan niya noong araw na iyon at doon na raw kami maghahapunan bilang pamilya.

Pagod ako galing sa trabaho, pero masaya akong marinig ang plano ni Nanay. Matagal na rin kaming hindi nagkikita ni Tiya Myrna. Pumayag agad si Tatay at si Impay. Nagpalit muna ako ng damit at nagpahinga sandali. Si Nanay naman ay naghanda ng maliit na regalo at pasalubong para sa may kaarawan.

Hindi kalayuan ang bahay ni Tiya Myrna. Dalawang kanto lang ang layo mula sa aming bahay. Kaya nagpasya kaming mag-tricycle na lang. Lumabas kaming pamilya at sumakay sa tricycle. Tahimik ang daan at presko ang hangin. Maliwanag ang ilaw sa mga bahay sa paligid.

Habang nasa biyahe, nagkwentuhan kami. Tinanong ni Impay kung may cake raw ba sa bahay ni Tiya Myrna. Ngumiti si Nanay at sinabing siguradong may cake. Natuwa si Impay at paulit-ulit niyang tinatanong kung anong lasa ang cake. Tumawa kami at sinabing mamaya niya na lang malalaman.

Hindi nagtagal, nakarating kami sa bahay ni Tiya Myrna. Maliwanag ang ilaw sa labas ng bahay. May mga lobo at simpleng dekorasyon sa pintuan. May nakasabit ding maliit na banner na may nakasulat na "Happy Birthday." Ramdam agad ang saya pagdating pa lang.

Pagbukas ng pinto, sinalubong kami ni Tiya Myrna na may malaking ngiti. Masaya ang kanyang mukha. Sabay-sabay naming binati siya ng "Happy Birthday." Niyakap niya si Nanay at nagpasalamat. Pinapasok niya kami sa loob ng bahay.

Sa loob, mabango ang amoy ng pagkain mula sa kusina. May mga ulam na nakahanda sa mesa. May kanin, pansit, at iba pang lutong bahay. May cake rin sa gitna ng mesa. Maayos at malinis ang bahay ni Tiya Myrna. Ramdam ang init ng pagtanggap niya sa amin.

Umupo muna kami sa sala at nagkwentuhan. Nag-usap sina Nanay at Tiya Myrna tungkol sa kanilang kabataan. Nagbalikan sila ng mga alaala at nagtawanan. Si Tatay naman ay nakipagkwentuhan sa asawa ni Tiya Myrna tungkol sa trabaho at bukid. Si Impay ay masayang tumingin sa mga dekorasyon at tanong nang tanong tungkol sa cake.

Maya-maya, tinawag na kami ni Tiya Myrna para kumain. Sama-sama kaming umupo sa mesa. Bago kumain, nagdasal muna kami at nagpasalamat sa pagkain at sa kaarawan ni Tiya Myrna. Tahimik kaming lahat habang nagdadasal.

Pagkatapos, nagsimula na kaming kumain. Masarap ang pagkain at mainit pa. Kumain ako ng pansit at kanin. Si Impay ay masayang kumain at paulit-ulit na kumukuha ng ulam. Habang kumakain, nagkwentuhan kami at nagtawanan. Mas masarap ang hapunan dahil sama-sama ang pamilya.

Pagkatapos kumain, inilabas ni Tiya Myrna ang cake. May kandila ito at nakasulat ang kanyang pangalan. Tumayo kaming lahat at kumanta ng "Happy Birthday." Humiling si Tiya Myrna at hinipan ang kandila. Nagpalakpakan kami at masayang bumati sa kanya.

Naghiwa siya ng cake at binigyan kaming lahat. Kumain kami ng cake at uminom ng juice. Si Impay ay may kaunting icing sa pisngi at tinawanan namin siya. Siya naman ay ngumiti at tumawa rin. Masaya at magaan ang gabi.

Nagkwentuhan pa kami ng kaunti pagkatapos. Tahimik at masaya ang loob ng bahay. Maya-maya, napansin naming gabi na. Nagpaalam na kami kay Tiya Myrna. Nagpasalamat kami sa masarap na pagkain at sa mainit na pagtanggap niya.

Muli kaming sumakay ng tricycle pauwi. Habang pauwi, tahimik kami at medyo pagod, pero masaya. Iniisip ko ang gabi na iyon at napangiti ako.

Ang pagbisita namin kay Tiya Myrna ay simple lang, pero espesyal. Ipinapaalala nito sa akin na mahalaga ang pamilya at ang pagsasama-sama, lalo na sa mga espesyal na araw tulad ng kaarawan.

EXERCISES:

A. FILL IN THE BLANK

kandila	Tiya Myrna	Nanay Lorna
tricycle	cake	

1. Kaarawan ni ___________ noong araw na iyon.
2. Si Tiya Myrna ay kapatid ni __________.
3. Sumakay ang pamilya sa __________ para makapunta sa bahay ni Tiya Myrna.
4. May __________ sa gitna ng mesa para sa kaarawan.
5. May __________ ang cake ni Tiya Myrna.

B. WH- Questions

1. Sino ang may kaarawan?

    ____

2. Sino ang bunsong kapatid ni Nanay Lorna?

    ____

3. Ano ang sinakyan ng pamilya pauwi?

    ____

4. Ano ang nakasulat sa banner?

    ____

5. Ano ang kanilang ininom pagkatapos kumain ng cake?

    ____

C. TRUE or FALSE

________ 1. Pagkatapos ng trabaho, dumiretso na siila sa bahay ni Tiya Myrna.

________ 2. Dalawang kanto ang layo ng bahay ni Tiya Myrna.

_________ 3. Walang handang pagkain sa bahay ni Tiya Myrna.

_________ 4. Kumanta ang pamilya ng "Happy Birthday."

_________ 5. Masaya ang pagbisita ng pamilya kay Tiya Myrna.

ANSWER KEY:

A. Fill in the blank

1. Tiya Myrna
2. Nanay Lorna
3. tricycle
4. cake
5. kandila

B. WH- Questions

1. Tiya Myrna
2. Tiya Myrna
3. tricycle
4. Happy Birthday
5. juice

C. True or False

1. True
2. True
3. False
4. True
5. True

Story 14: Balikbayan kong Kaibigan

Inimbitahan kami ni Aling Pasing na maghapunan sa kanilang bahay. Sinabi niya na may kaunti siyang handa dahil dumating ang kanyang anak na balikbayan. Ang pangalan ng kanyang anak ay Miguel. Siya ay isang OFW na nagtatrabaho sa Dubai. Masaya kaming pumayag ng aking pamilya dahil matagal na naming kakilala si Aling Pasing at ang kanyang asawa na si Mang Tonyo.

Bago kami pumunta sa bahay ni Aling Pasing, nagpalit muna kami ng damit. Gusto naming magmukhang maayos dahil bisita kami. Si Nanay ay nagsuot ng malinis na damit. Si Tatay ay nagbihis din at nagsuklay. Si Impay ay masaya at excited dahil alam niyang may bisita at may handa. Sama-sama kaming naglakad papunta sa bahay nila Aling Pasing dahil malapit lang ito sa amin.

Pagdating namin sa kanilang bahay, maliwanag ang ilaw at bukas ang pintuan. Mabango ang amoy ng pagkain mula sa kusina. Sinalubong kami ni Aling Pasing sa pintuan. "Tuloy kayo," sabi niya na may ngiti sa mukha. Kita ko ang saya sa kanyang mga mata dahil kasama na niya ang kanyang anak.

Pagpasok ko sa bahay, nakita ko agad si Miguel. Mas matangkad na siya ngayon. Pero kahit nagbago ang kanyang itsura, nakilala ko pa rin siya agad. Bigla kaming nagkatinginan.

"Cora?" tanong ni Miguel.

"Miguel?" sagot ko.

Sabay kaming ngumiti at nagtawanan. Masaya kaming nagkita muli pagkatapos ng maraming taon. Magkaklase kami noong elementarya. Magkasama kaming nag-aral at naglaro noong bata pa kami. Noong nag-high school na kami, lumipat siya sa Maynila at tumira sa bahay ng kanyang tiyahin. Pagkatapos noon, nagtrabaho na siya sa ibang bansa.

Lumapit si Miguel at inabot ang kanyang mga pasalubong. May tsokolate, keychain, at maliit na pabango. "Para sa inyo ito," sabi niya.

Nagpasalamat kami. Si Impay ay natuwa sa tsokolate at agad itong ipinakita kay Nanay.

Pumasok na kami sa loob ng bahay. Si Nanay at si Impay ay dumiretso sa kusina upang tulungan si Aling Pasing. Nag-usap sila habang naghahanda ng hapunan. Pinupunasan nila ang mesa at inaayos ang mga plato. Masaya ang usapan nila sa kusina.

Si Tatay naman ay lumabas sa bakuran at nakipagkwentuhan kay Mang Tonyo. Nag-usap sila tungkol sa trabaho, bukid, at buhay sa probinsya. Paminsan-minsan ay tumatawa sila habang nag-uusap.

Kami naman ni Miguel ay umupo sa sala. Nagkwentuhan kami tungkol sa aming buhay ngayon. Tinanong niya ako tungkol sa aking trabaho. Sinabi ko na nagtatrabaho ako sa bangko at tatlong taon na ako roon. Sinabi ko rin na masaya ako sa aking trabaho kahit minsan ay nakakapagod.

Si Miguel naman ay nagkwento tungkol sa kanyang trabaho sa Dubai. Sinabi niya na mahirap ang trabaho bilang OFW. Malayo siya sa pamilya, pero ginagawa niya ito para sa kanila. Nakinig ako at humanga sa kanyang pagsisikap.

Habang nag-uusap kami, binalikan namin ang aming mga alaala noong bata pa kami. Napag-usapan namin ang aming paaralan noong elementarya. Naalala namin ang mga laro sa labas at ang mga simpleng araw. "Naalala mo pa ba ang paglalaro natin sa bakuran?" tanong ni Miguel. "Oo," sagot ko. "Masaya ang mga araw na iyon." Sabay kaming tumawa.

Maya-maya, tinawag na kami ni Aling Pasing para kumain. Sama-sama kaming umupo sa mesa. Simple lang ang handa, pero masarap. May kanin, ulam, at kaunting panghimagas. Bago kumain, nagdasal muna kami at nagpasalamat sa pagkain at sa ligtas na pagdating ni Miguel.

Habang kumakain, masaya ang usapan. Nagkwento si Miguel tungkol sa kanyang buhay sa ibang bansa. Nakikinig kaming lahat. Si Aling Pasing ay tahimik lang at nakangiti habang tinitingnan ang kanyang anak. Kita ang saya at pagmamalaki niya.

Pagkatapos kumain, nagkwentuhan pa kami sa sala. Tahimik at masaya ang gabi. May tawanan at kwentuhan. Ramdam ko ang saya ng muling pagkikita ng magkakaibigan at pamilya.

Bago kami umuwi, nagpasalamat kami kay Aling Pasing at kay Miguel sa masarap na hapunan. Nagpaalam kami at naglakad pauwi. Habang pauwi, magaan ang aking pakiramdam.

Ang gabing iyon ay puno ng saya at alaala. Ang hapunan sa bahay ni Aling Pasing ay nagpaalala sa akin na mahalaga ang pagkakaibigan, kapitbahay, at pamilya. Masaya akong muling nakasama ang isang kaibigan mula sa aking kabataan.

EXERCISES:

A. FILL IN THE BLANK

<table>
<tr><td>Aling Pasing</td><td>pasalubong</td><td>Miguel</td></tr>
<tr><td>Dubai</td><td>pagkabata</td><td></td></tr>
</table>

1. Inimbitahan ng pamilya ni ___________ si Cora sa hapunan.
2. Ang anak ni Aling Pasing ay si ___________.
3. Si Miguel ay isang OFW sa ___________.
4. Nagbigay si Miguel ng mga ___________ sa pamilya.
5. Nagkwentuhan sina Cora at Miguel tungkol sa kanilang ___________.

B. WH- Questions

1. Sino ang balikbayan sa kuwento?
2. Sino ang asawa ni Aling Pasing?
3. Saan nagtrabaho si Miguel?
4. Sino ang kakwentuhan ni Tatay sa bakuran?
5. Sino ang nasa kusina kasama si Nanay?

C. TRUE or FALSE

___________ 1. Si Miguel ay kaklase ni Cora noong elementarya.

___________ 2. Lumipat si Miguel sa probinsya noong high school.

___________ 3. Si Nanay at si Impay ay nasa kusina.

___________ 4. Walang handang pagkain si Aling Pasing.

___________ 5. Masaya ang muling pagkikita nina Cora at Miguel.

ANSWER KEY:

A. Fill in the blank

1. Aling Pasing
2. Miguel
3. Dubai
4. pasalubong
5. pagkabata

B. WH- Questions

1. Miguel
2. Mang Tonyo
3. Dubai
4. Mang Tonyo
5. Impay at Aling Pasing

C. True or False

1. True
2. False
3. True
4. False
5. True

Story 15: Pamamalengke ni Cora

Isang Sabado, nagpasya akong pumunta sa palengke. Kailangan kong bumili ng pagkain para sa aming pamilya. Mahalaga sa akin ang pamamalengke dahil dito nagsisimula ang aming mga pagkain sa bahay. Kapag maaga akong namamalengke, mas sariwa ang mga bilihin at mas kaunti ang tao.

Maaga akong umalis ng bahay. May dala akong bayong at wallet. Habang naglalakad papunta sa palengke, nakita ko ang ilang tao na may dalang basket at bayong din. Ang iba ay nagmamadali. Ang iba naman ay nag-uusap. Presko ang hangin at maliwanag ang umaga.

Pagdating ko sa palengke, maraming tao at tindero. May tunog ng usapan at tawaran sa paligid. May amoy ng sariwang isda, gulay, at karne. Makulay ang palengke. May mga mesa na puno ng paninda. May gulay, prutas, isda, karne, itlog, at bigas.

Unang pinuntahan ko ang bilihan ng gulay. Maraming klase ng gulay ang nakahilera sa mesa. May pechay, repolyo, talong, kamatis, at sibuyas. Mukhang sariwa ang mga gulay at makintab ang kulay. Lumapit ako sa isang tindera.

"Magandang umaga po," bati ko.

"Magandang umaga rin," sagot niya.

Tiningnan ko ang pechay. "Magkano po ang pechay?" tanong ko.

"Dalawampung piso po isang tali," sagot ng tindera.

Kumuha ako ng dalawang tali ng pechay. Bumili rin ako ng kamatis at sibuyas. Maingat kong pinili ang mga gulay. Ayaw ko ng lanta o sira. Inilagay ko ang mga gulay sa aking bayong at nagpasalamat sa tindera.

Pagkatapos, pumunta ako sa bilihan ng isda. May mga isda na nakalagay sa yelo. May bangus, tilapia, at galunggong. Naamoy ko ang alat ng dagat. Lumapit ako sa tindero ng isda.

"Kuya, magkano po ang bangus?" tanong ko.

"Isang daan at limampung piso po kada kilo," sagot niya.

Tiningnan ko ang bangus. Malinaw ang mata at makintab ang balat. Mukhang sariwa ang isda. "Isang kilo po," sabi ko. Kinuha ng tindero ang isda at inilagay ito sa plastic. Maingat kong inilagay ang isda sa aking bayong.

Sunod akong pumunta sa bilihan ng karne. May baboy at manok. Malinis ang mesa at maayos ang hiwa ng karne. Lumapit ako sa tindero ng karne.

"Magkano po ang baboy?" tanong ko.

"Dalawang daan at walumpung piso po kada kilo," sagot niya.

Nag-isip ako sandali. "Kalahating kilo po," sabi ko. Maingat niyang hiniwa ang karne at inilagay ito sa plastic. Nagpasalamat ako at inilagay ang karne sa aking bayong.

Habang naglalakad ako sa palengke, may nakita akong bilihan ng prutas. Bumili ako ng saging dahil paborito ito ni Impay. Bumili rin ako ng itlog para sa almusal. Tiningnan ko ang aking bayong. Medyo mabigat na ito.

Huminto ako sandali at binilang ang aking pera. Iningatan ko ang aking sukli at inilagay ito sa wallet. Mahalaga ang mag-ingat sa pera kapag namamalengke.

Lumabas ako ng palengke at naglakad pauwi. Mabigat ang bayong, pero masaya ang aking pakiramdam. Alam kong masarap at masustansya ang aming kakainin mamaya.

Pagdating ko sa bahay, sinalubong ako ni Nanay. Ipinakita ko sa kanya ang aking mga binili. Ngumiti siya at sinabing sariwa ang mga pagkain. Tinulungan niya akong ilagay ang mga bilihin sa kusina.

Sa palengke, natututo akong pumili ng sariwang pagkain, magtanong ng presyo, at maghanda para sa aking pamilya.

EXERCISES:

A. FILL IN THE BLANK

palengke	sibuyas	bayong	isda
itlog			

1. Maagang pumunta si Cora sa ____________.
2. May dala siyang ____________ at wallet.
3. Bumili siya ng pechay, kamatis, at ____________.
4. Ang bangus ay isang uri ng ____________.
5. Bumili rin siya ng saging at ____________.

B. WH- Questions

1. Sino ang namalengke?
2. Saan bumili si Cora ng pagkain?
3. Ano ang binili niya sa bilihan ng isda?
4. Ano ang binili niya sa bilihan ng karne?
5. Ano ang paboritong prutas ni Impay?

C. TRUE or FALSE

__________ 1. Hapon namalengke si Cora.

__________ 2. Sariwa ang mga gulay sa palengke.

__________ 3. Bumili si Cora ng dalawang kilo ng bangus.

__________ 4. Sa bayong nakalagay ang mga pinamili ni Cora.

__________ 5. Bumili siya ng kalahating kilo ng baboy.

ANSWER KEY:

A. Fill in the blank

1. palengke
2. bayong
3. sibuyas
4. isda
5. itlog

B. WH- Questions

1. Cora
2. palengke
3. bangus
4. baboy
5. saging

C. True or False

1. False
2. True
3. False
4. True
5. True

Story 16: Paboritong Ulam ni Cora

Paborito kong ulam ang adobong baboy. Bata pa lang ako ay gusto ko na ang ulam na ito. Natutunan ko ang pagluluto ng adobong baboy mula kay Nanay Lorna. Madalas niya itong lutuin para sa aming pamilya. Ngayon, ako na rin ang nagluluto nito sa bahay.

Isang umaga, nagpasya akong magluto ng adobong baboy. May nabili akong karne sa palengke noong isang araw. Nasa kusina ako at handa na akong magsimula. Lumapit si Nanay Lorna at sinabi niyang tutulungan niya ako. Masaya akong may kasama ako sa pagluluto.

Una, inihanda ko ang mga sangkap. Kumuha ako ng karne ng baboy. Hinugasan ko ito nang mabuti. Pagkatapos, hiniwa ko ang karne sa maliliit na piraso. Tinuruan ako ni Nanay na pantay ang hiwa para madaling maluto ang karne.

Pagkatapos, naghanda ako ng bawang, sibuyas, toyo, suka, dahon ng laurel, at paminta. Inilagay ko ang lahat ng sangkap sa mesa. "Mahalaga ang paghahanda," sabi ni Nanay. Tumango ako at nakinig sa kanya.

Sunod, inilagay ko ang karne sa isang malaking mangkok. Nilagyan ko ito ng toyo at suka. Inilagay ko rin ang bawang, paminta, at dahon ng laurel. Hinahalo ko ang karne at mga sangkap. "I-marinate mo muna," sabi ni Nanay. "Para mas masarap ang adobo." Hinayaan namin ang karne nang ilang minuto.

Pagkatapos ng ilang sandali, inilagay ko ang kawali sa kalan. Binuksan ko ang apoy. Inilagay ko ang kaunting mantika. Nang uminit ang kawali, inilagay ko ang sibuyas at ginisa ito. Naamoy ko ang bango ng sibuyas. Sinabi ni Nanay na mahalaga ang tamang init ng apoy.

Sunod, inilagay ko ang minarinadang karne sa kawali. Narinig ko ang tunog ng pagprito. Hinahalo ko ang karne para hindi dumikit. Unti-unting nagiging brown ang karne. Mabango na ang kusina.

Pagkatapos, nilagyan ko ng kaunting tubig ang kawali. Tinakpan ko ito at hinayaang kumulo. "Hinaan mo ang apoy," sabi ni Nanay. Sinunod ko ang kanyang payo. Mahalaga ang tamang oras at init sa pagluluto ng adobo.

Habang kumukulo ang adobo, pinapanood ko ito. Paminsan-minsan, hinahalo ko ang karne. Nakikita ko na lumalambot na ito. Mas lalong bumabango ang sabaw. Natuwa ako sa aking ginagawa.

Pagkaraan ng ilang minuto, tinanggal ko ang takip. Sinabi ni Nanay na puwede ko nang tikman ang sabaw. Tinimplahan ko ito ayon sa panlasa. Nagdagdag ako ng kaunting toyo. Hinalo ko muli ang adobo.

Hinayaan naming kumulo pa ang adobo hanggang sa lumapot ang sabaw. "Handa na iyan," sabi ni Nanay. Pinatay ko ang kalan at huminga nang malalim. Masaya ako dahil natapos ko ang pagluluto.

Inilagay ko ang adobong baboy sa mangkok. Mainit pa ito at mabango. Tinawag namin si Tatay at si Impay para kumain. Sama-sama kaming umupo sa mesa.

"Masarap ang adobo," sabi ni Tatay. Ngumiti ako. Si Impay naman ay tuwang-tuwa at kumain nang marami. Si Nanay ay nakangiti at halatang masaya.

Masarap ang pakiramdam ko habang kumakain kami. Natutuwa ako dahil natutunan ko ang pagluluto ng paborito kong ulam. Ang adobong baboy ay hindi lang pagkain. Isa rin itong alaala ng pagtuturo at pagmamahal ni Nanay Lorna.

Para sa akin, ang pagluluto ay isang paraan ng pag-aalaga sa pamilya. At ang paborito kong adobong baboy ay laging may kasamang pagmamahal.

EXERCISES:

A. FILL IN THE BLANK

adobong   Impay   kusina   baboy
Nanay Lorna

1. Ang paboritong ulam ni Cora ay _____________.
2. Tinuruan si Cora ni _____________ magluto.
3. Ang karne na ginamit ay _____________.
4. Niluto ang adobo sa _____________.
5. Tinawag ni Cora si Tatay at si _____________ para kumain.

B. WH- Questions

1. Sino ang nagluto ng adobo?
2. Sino ang nagturo ng pagluluto?
3. Ano ang nilutong ulam?
4. Anong uri ng lutuan ang ginamit sa pagluluto mg adobo?
5. Anong uri ng karne ang ginamit sa adobo?

C. TRUE or FALSE

_________ 1. Paborito ni Cora ang adobong baboy.

_________ 2. Hindi hinugasan ang karne.

_________ 3. Tinakpan ang kawali habang kumukulo ang adobo.

_________ 4. Hindi natuwa si Nanay sa luto ni Cora.

_________ 5. Sama-samang kumain ang pamilya.

ANSWER KEY:

A. Fill in the blank

1. adobo
2. Nanay Lorna
3. baboy
4. kusina
5. Impay

B. WH- Questions

1. Cora
2. Nanay Lorna
3. adobong baboy
4. kawali
5. baboy

C. True or False

1. True
2. False
3. True
4. False
5. True

Story 17: Kape sa Bayan

Isang hapon pagkatapos ng trabaho, niyaya ako ni Vivian na pumunta sa isang coffee shop sa bayan. Malapit lang ito sa aming bangko. Madalas daw siyang pumunta roon kapag gusto niyang magpahinga at uminom ng kape. Pumayag ako dahil gusto ko ring magpahinga pagkatapos ng mahabang araw sa trabaho.

Sabay kaming naglakad palabas ng bangko. Tahimik na ang kalsada at hindi na masyadong mainit ang araw. May mga tindahan sa gilid ng daan. May mga taong naglalakad at may ilang sasakyan na dumadaan. Makalipas ang ilang minuto, nakita na namin ang coffee shop.

Ang coffee shop ay maliit lang pero maganda. May malaking salamin sa harap at may karatula na may pangalan ng tindahan. May mga halaman sa labas at may ilang mesa at upuan. Maliwanag ang loob at maayos ang ayos ng lugar. May mahinang tugtog ng musika sa loob.

Pagpasok namin, naamoy ko agad ang bango ng kape. May counter sa harap at may menu na nakapaskil sa itaas. May mga upuan at mesa sa loob. May ilang tao na nakaupo at nagkakape. Ang iba ay nag-uusap. Ang iba naman ay tahimik lang.

Lumapit kami ni Vivian sa counter. Tiningnan namin ang menu. Maraming pagpipilian. May mainit na kape, malamig na kape, tsaa, at tinapay. May cake at cookies din. Hindi agad ako nakapili dahil gusto ko ang lahat.

"Anong oorderin mo?" tanong ni Vivian.

"Mainit na kape," sagot ko. "Ikaw?"

"Latte," sabi niya.

Lumapit ang staff at ngumiti. "Ano po ang order ninyo?" tanong niya.

"Isang mainit na kape po," sabi ko.

"Isang latte po," sabi ni Vivian.

Nag-order din kami ng tinapay. Pinili ko ang cookies. Si Vivian naman ay umorder ng cake. Nagbayad kami sa counter at kinuha ang resibo. Sinabi ng staff na sandali lang ang hihintayin namin.

Umupo kami sa isang mesa malapit sa bintana. Kita namin ang labas ng coffee shop. Nakita namin ang mga taong naglalakad at ang mga ilaw sa kalsada. Tahimik at maaliwalas ang paligid. Masarap sa pakiramdam ang umupo at magpahinga.

Habang naghihintay ng order, nagkwentuhan kami ni Vivian. Pinag-usapan namin ang aming trabaho sa bangko. Sinabi niya na medyo pagod siya sa araw na iyon. Sinabi ko rin na marami ang kliyente ngayong araw.

Maya-maya, dumating na ang aming order. Mainit ang aking kape at mabango. Ang latte ni Vivian ay may gatas at bula sa ibabaw. May cookies sa plato at cake sa maliit na pinggan. Nagpasalamat kami sa staff.

Uminom ako ng kape. Mainit ito at masarap. Kumain ako ng cookies. Malambot ito at sakto sa kape. Si Vivian naman ay uminom ng latte at kumain ng cake. Ngumiti siya at sinabing masarap ang kanyang order.

Habang kumakain at umiinom, tahimik lang kami sandali. Pinakiramdaman namin ang paligid. Naririnig ang mahinang musika at ang tunog ng mga tasa. Nakakarelaks ang lugar. Nakalimutan ko ang pagod sa trabaho.

Matapos ang ilang sandali, nagkwentuhan ulit kami. Pinag-usapan namin ang aming plano sa susunod na linggo. Sinabi ni Vivian na babalik siya sa coffee shop. Sinabi ko rin na babalik ako kapag may oras.

Pagkatapos naming ubusin ang aming order, tumayo kami at nag-ayos ng gamit. Nagpasalamat kami sa staff at lumabas ng coffee shop. Tahimik na ang paligid at malamig na ang hangin.

Habang nasa byahe pabalik sa bahay, magaan ang aking pakiramdam. Ang simpleng pag-inom ng kape at kwentuhan ay nakatulong sa akin para magpahinga.

EXERCISES:

A. FILL IN THE BLANK

<table>
<tr><td>coffee shop
cookies</td><td>bangko</td><td>kape</td><td>latte</td></tr>
</table>

1. Pumunta sina Cora at Vivian sa isang ____________.
2. Malapit ang coffee shop sa kanilang ____________.
3. Umorder si Cora ng mainit na ____________.
4. Umorder si Vivian ng ____________.
5. Kumain si Cora ng ____________ kasama ng kape.

B. WH- Questions

1. Sino ang kasama ni Cora sa coffee shop?
2. Saan sila pumunta pagkatapos ng trabaho?
3. Ano ang ininom ni Vivian?
4. Ano ang kinain ni Vivian?
5. Ano ang kinain ni Cora?

C. TRUE or FALSE

__________ 1. Pagkatapos ng trabaho pumunta sina Cora at Vivian sa coffee shop.

__________ 2. Tahimik at maaliwalas ang loob ng coffee shop.

__________ 3. Umorder si Cora ng malamig na kape.

__________ 4. May musika sa loob ng coffee shop.

__________ 5. Hindi nag-enjoy sina Cora at Vivian sa coffee shop.

ANSWER KEY:

A. Fill in the blank

1. coffee shop
2. bangko
3. latte
4. cake
5. cookies

B. WH- Questions

1. Vivian
2. coffee shop
3. kape
4. cake
5. cookies

C. True or False

1. True
2. True
3. False
4. True
5. False

Story 18: Pamimili ng Damit ni Cora

May magandang balita ang aming katrabaho na si Sarah. Sinabi niya sa amin na nagbukas na ang kanyang boutique. Ang boutique ay isang maliit na tindahan ng damit na malapit lang sa aming bangko. Masaya si Sarah habang ikinukwento ito sa amin.

"Cora, Vivian," sabi ni Sarah, "bukas na ang boutique ko. Malapit lang dito. Bumisita kayo kapag may oras."

Ngumiti kami ni Vivian at sinabi naming pupunta kami. Sakto rin dahil matagal na akong walang bagong damit. Kailangan ko na rin ng bagong damit para sa trabaho at panglabas.

Pagkatapos ng trabaho noong araw na iyon, sabay kaming naglakad papunta sa boutique ni Sarah. Hindi ito kalayuan mula sa bangko. Habang naglalakad, pinag-usapan namin ni Vivian ang aming bibilhin. Sinabi ko na gusto ko ng simple pero maayos na damit.

Pagdating namin sa boutique, nakita ko agad ang salamin sa harap ng tindahan. Maliwanag ang ilaw sa loob. May karatula sa pintuan na may pangalan ng boutique. Pagpasok namin, sinalubong kami ni Sarah na may malaking ngiti.

"Salamat sa pagpunta," sabi niya.

"Ang ganda ng boutique mo," sabi ko.

"Salamat," sagot niya. Halatang masaya at proud siya.

Sa loob ng boutique, maraming damit. May mga damit na nakasabit sa rack. May mga damit na nakatiklop sa mesa. Maayos at malinis ang loob ng tindahan. May salamin sa isang gilid kung saan puwedeng magsukat ng damit.

Tumingin ako sa mga damit. May iba't ibang kulay. May puti, itim, asul, pula, at dilaw. May mga damit na simple at may mga damit na makulay. Kinuha ko ang isang asul na blouse. Gusto ko ang kulay nito dahil bagay ito sa trabaho.

"Magkano ito?" tanong ko kay Sarah.

"Anim na daang piso," sagot niya.

Nag-isip ako sandali. Tiningnan ko rin ang isa pang blouse na kulay puti. Simple lang ito at maayos tingnan. "Magkano ito?" tanong ko ulit.

"Limang daang piso," sagot niya.

Sinukat ko ang dalawang blouse sa harap ng salamin. Tiningnan ko ang aking sarili. Bagay sa akin ang asul at puti. Lumapit si Vivian at sinabi niyang maganda ang aking suot. Natuwa ako.

Bukod sa blouse, tumingin din ako ng pantalon. May itim at may kulay beige. Pinili ko ang itim dahil madali itong ipares sa ibang damit. Tinanong ko ang presyo. "Pitong daang piso," sabi ni Sarah.

Pinag-isipan ko ang aking bibilhin. Mahalaga sa akin ang presyo. Ayaw kong gumastos nang sobra. Sa huli, pinili ko ang isang asul na blouse at isang itim na pantalon. Sapat na ito para sa aking pangangailangan.

Nagpunta ako sa counter at nagbayad. Inabot ko ang pera at kinuha ang sukli. Inilagay ni Sarah ang mga damit sa isang bag. "Salamat, Cora," sabi niya. "Bumalik ka ulit."

"Salamat din," sagot ko.

Si Vivian ay bumili rin ng isang damit. Pagkatapos, nagpasalamat kami kay Sarah at nagpaalam. Lumabas kami ng boutique na may dalang mga bag.

Habang naglalakad papunta sa sakayan, masaya ang aking pakiramdam. May bago na akong damit. Masaya rin ako para kay Sarah dahil sa bago niyang negosyo.

Para sa akin, ang pamimili ng damit ay hindi lang tungkol sa itsura. Mahalaga rin ang tamang kulay, presyo, at kung saan ka komportable. Ang araw na iyon ay simple pero masaya, lalo na dahil kasama ko ang aking mga kaibigan.

EXERCISES:

A. FILL IN THE BLANK

<table>
<tr><td>blouse</td><td>bag</td><td>itim</td><td>Sarah</td></tr>
<tr><td>boutique</td><td></td><td></td><td></td></tr>
</table>

1. Ang katrabaho ni Cora na may bagong negosyo ay si _____________.
2. Ang tindahan ni Sarah ay isang ___________.
3. Bumili si Cora ng asul na ___________.
4. Ang kulay ng pantalon na binili ni Cora ay ___________.
5. Inilagay ang mga damit sa isang ___________.

B. WH- Questions

1. Sino ang nag-imbita kina Cora at Vivian?
2. Saan nagpunta sina Cora pagkatapos ng trabaho?
3. Ano ang binili ni Cora bukod sa blouse?
4. Anong kulay ang gustong isuot ni Cora sa trabaho?
5. Sino ang kasama ni Cora sa pamimili?

C. TRUE or FALSE

_________ 1. May bagong boutique si Sarah malapit sa bangko.

_________ 2. Maraming kulay ng damit sa boutique.

_________ 3. Bumili si Cora ng pulang dress.

_________ 4. Mahalaga kay Cora ang presyo ng damit.

_________ 5. Pitong daang piso ang presyo ng pantalon.

ANSWER KEY:

A. Fill in the blank

1. Sarah
2. boutique
3. blouse
4. itim
5. bag

B. WH- Questions

1. Sarah
2. boutique
3. pantalon
4. asul
5. Vivian

C. True or False

1. True
2. True
3. False
4. True
5. True

Story 19: Espesyal na Regalo para kay Vivian

Sa susunod na linggo ay kaarawan ni Vivian. Siya ay isa sa aking matalik na kaibigan at katrabaho sa bangko. Matagal na kaming magkasama sa trabaho at marami na kaming pinagdaanan. Dahil dito, gusto kong bigyan siya ng espesyal na regalo sa kanyang kaarawan.

Isang hapon pagkatapos ng trabaho, nagpasya akong pumunta sa mall. Doon ako maghahanap ng regalo para kay Vivian. Alam ko na paborito niya ang kulay pula. Mahilig siya sa mga gamit na kulay pula, lalo na sa wallet at bag. Kaya napag-isipan kong bilhan siya ng pulang wallet.

Naglakad ako palabas ng bangko at sumakay ng sasakyan papunta sa mall. Hindi masyadong traffic noong araw na iyon. Habang nasa biyahe, iniisip ko kung anong klase ng wallet ang bibilhin ko. Gusto ko ang simple pero maganda. Gusto ko rin ang matibay at maayos ang kalidad.

Pagdating ko sa mall, maraming tao. Maliwanag ang loob at malamig. May mga tindahan sa kaliwa at kanan. May mga damit, sapatos, bag, at accessories. Tahimik akong naglakad at tumingin sa mga tindahan.

Una akong pumasok sa isang tindahan ng bag at wallet. Maayos ang loob ng tindahan. May mga wallet na nakapaskil sa estante. May iba't ibang kulay. May itim, brown, asul, at pula. Lumapit ako sa estante ng pulang wallet.

Kinuha ko ang isang pulang wallet at tiningnan ito. Maganda ang kulay at makinis ang balat. Binuksan ko ito at tiningnan ang loob. Maraming lagayan ng card at pera. Mukhang magagamit ito ni Vivian araw-araw.

Lumapit sa akin ang tindera. "Ma'am, magkano po ang wallet?" tanong ko.

"Walong daang piso po," sagot niya.

Nag-isip ako sandali. Medyo mahal ito, pero maganda ang kalidad. Nagpasya akong tumingin pa sa ibang tindahan. Gusto kong ikumpara ang presyo at itsura ng wallet.

Lumabas ako ng tindahan at pumasok sa isa pang tindahan. Mas maliit ang tindahan, pero maraming accessories. Nakita ko ulit ang mga wallet. May isang pulang wallet na simple lang ang disenyo. Magaan ito at maayos din ang loob.

"Magkano po ito?" tanong ko sa tindera.

"Limang daang piso po," sagot niya.

Tiningnan ko nang mabuti ang wallet. Hindi ito kasing kapal ng una, pero maganda rin. Simple ang disenyo at malinaw ang kulay pula. Naisip ko na babagay ito kay Vivian dahil mahilig siya sa simple pero eleganteng gamit.

Nag-isip ako sandali at nagpasya akong bilhin ang pulang wallet. Pumunta ako sa counter at nagbayad. Inabot ko ang pera at kinuha ang sukli. Inilagay ng tindera ang wallet sa isang maliit na kahon at nilagay sa paper bag.

Pagkatapos, bumili rin ako ng maliit na card. Isusulat ko roon ang aking mensahe para kay Vivian. Gusto kong ipakita kung gaano ko siya pinahahalagahan bilang kaibigan.

Pagkatapos mamili, umupo ako sandali sa isang upuan sa mall. Tiningnan ko ang aking binili. Masaya ako sa aking desisyon. Alam kong magugustuhan ni Vivian ang regalo ko.

Maya-maya, umalis na ako sa mall at umuwi. Habang pauwi, iniisip ko ang araw ng kaarawan ni Vivian. Masaya akong magbibigay ng regalo sa isang kaibigan na palaging nariyan para sa akin.

Para sa akin, ang pagbibigay ng regalo ay hindi lang tungkol sa presyo. Mas mahalaga ang isip at pagmamahal sa likod nito. Ang pulang wallet ay simpleng regalo, pero puno ito ng pasasalamat at pagkakaibigan.

EXERCISES:

A. FILL IN THE BLANK

Vivian	mall	pula	wallet
paper bag			

1. Ang kaarawan ni ______________ ay sa susunod na linggo.
2. Pumunta si Cora sa ______________ para mamili.
3. Ang regalo ni Cora ay isang pulang ______________.
4. Paboritong kulay ni Vivian ang ______________.
5. Inilagay ang regalo sa isang ______________.

B. WH- Questions

1. Sino ang bibilhan ng regalo ni Cora?
2. Magkano ang unang presyo ng nakita niyang wallet?
3. Saan isinulat ni Cora ang kanyang mensahe para kay Vivian?
4. Anong kulay ang wallet?
5. Magkano ang napili niyang wallet?

C. TRUE or FALSE

__________ 1. Sa susunod na buwan ang kaarawan ni Vivian.

__________ 2. Mahilig si Vivian sa kulay pula.

__________ 3. Isang pulang bag ang binili ni Cora.

__________ 4. Tumingin muna si Cora sa ibang tindahan bago bumili.

__________ 5. Masaya si Cora sa kanyang biniling regalo.

ANSWER KEY:

A. Fill in the blank

1. Vivian
2. mall
3. wallet
4. pula
5. paper bag

B. WH- Questions

1. Vivian
2. walong daang piso
3. card
4. pula
5. limandaang piso

C. True or False

1. False
2. True
3. False
4. True
5. True

Story 20: Regalo para sa Sarili

Isang araw sa trabaho, may magandang balita ang aking supervisor. Tinawag niya ako sa kanyang mesa at kinausap. Sinabi niya na ako ay na-promote sa aking trabaho. Masaya akong nakinig habang sinasabi niya ang balita. Matagal na akong nagtatrabaho sa bangko at ginagawa ko ang aking trabaho nang maayos. Hindi ko inaasahan ang promotion, kaya labis ang aking tuwa.

Pagkatapos ng aming usapan, bumalik ako sa aking mesa. Tahimik lang ako pero masaya ang aking puso. Iniisip ko ang aking mga pagsisikap sa trabaho. Naalala ko ang mga araw na pagod ako, pero patuloy pa rin akong pumapasok. Ngayon, sulit ang lahat ng iyon.

Habang nag-iisip, napagdesisyunan kong bigyan ang aking sarili ng regalo. Para sa akin, mahalaga ang gantimpala sa sarili kapag may magandang nangyari. Gusto kong bumili ng isang bagay na magagamit ko araw-araw. Gusto ko ng bagay na may kahulugan.

Pagkatapos ng trabaho, nagpunta ako sa mall. Gusto kong tumingin ng relo. Para sa akin, mahalaga ang oras. Araw-araw kong tinitingnan ang oras sa trabaho. Ang oras ay mahalaga sa aking buhay at sa aking trabaho sa bangko.

Pagdating ko sa mall, maliwanag ang loob at malamig ang hangin. Maraming tao ang naglalakad. May mga tindahan sa kaliwa at kanan. Dahan-dahan akong naglakad at tumingin sa mga tindahan. Hinanap ko ang tindahan ng relo.

Nakita ko ang isang tindahan na may maraming relo sa salamin. Pumasok ako at sinalubong ako ng tindero. "Magandang hapon po," sabi niya. Ngumiti ako at tumango. Tumingin ako sa mga relo na naka-display.

Maraming klase ng relo. May maliit at may malaki. May itim, pilak, at ginto. May simple at may makintab. Kinuha ko ang isang relo na simple lang ang disenyo. Kulay pilak ito at malinaw ang numero. Madali kong mababasa ang oras.

"Magkano po ito?" tanong ko sa tindero.

"Dalawang libong piso po," sagot niya.

Nag-isip ako sandali. Medyo mahal ang relo. Tumingin ulit ako sa relo. Maganda ito at mukhang matibay. Naisip ko na araw-araw ko itong gagamitin. Naisip ko rin ang aking promotion. Pinaghirapan ko ito. Sinabi ko sa sarili ko na nararapat para sa akin ang regalong ito.

"Bibilhin ko na po," sabi ko. Ngumiti ang tindero. Nagpunta ako sa counter at nagbayad. Inabot ko ang pera at kinuha ang sukli. Inilagay ng tindero ang relo sa isang kahon at ibinigay sa akin ang paper bag.

Lumabas ako ng tindahan at umupo sandali sa isang upuan sa mall. Kinuha ko ang kahon at tiningnan ang relo. Masaya ako sa aking binili. Isinuot ko ang relo sa aking kamay. Tiningnan ko ang oras at ngumiti ako.

Habang pauwi, iniisip ko ang aking tagumpay. Ang relo ay hindi lang isang bagay. Isa itong paalala ng aking pagsisikap at tagumpay. Tuwing titingin ako sa oras, maaalala ko na kaya kong maabot ang aking mga pangarap.

Pagdating ko sa bahay, sinalubong ako ni Nanay. Ikinuwento ko sa kanya ang aking promotion at ipinakita ko ang relo. Ngumiti siya at sinabing bunga iyon ng pagsisikap ko. Mas lalo akong natuwa.

Para sa akin, ang pagbili ng regalo para sa sarili ay isang paraan ng pagpapahalaga sa aking sarili. Ang relo ay simbolo ng oras, sipag, at tagumpay. Masaya ako at handa akong magpatuloy sa aking trabaho nang mas masipag pa.

EXERCISES:

A. FILL IN THE BLANK

trabaho	oras	relo	mall	piso

1. Na-promote si Cora sa kanyang ______________.
2. Bilang regalo sa sarili, pumunta siya sa ______________.
3. Ang binili ni Cora ay isang ______________.
4. Mahalaga kay Cora ang ______________.
5. Ang presyo ng relo ay dalawang libong ______________.

B. WH- Questions

1. Sino ang na-promote sa trabaho?
2. Saan bumili si Cora ng relo?
3. Magkano ang relo na binili ni Cora?
4. Anong kulay ang napili ni Cora?
5. Saan nilagay ang relo ni Cora?

C. TRUE or FALSE

__________ 1. Na-promote si Cora sa kanyang trabaho.

__________ 2. Bumili si Cora ng bag bilang regalo.

__________ 3. Dalawang libong piso ang presyo ng relo.

__________ 4. Hindi masaya si Cora sa kanyang binili.

__________ 5. Ipinakita ni Cora ang relo kay Nanay.

ANSWER KEY:

A. Fill in the blank

1. trabaho
2. mall
3. relo
4. oras
5. piso

B. WH- Questions

1. Cora
2. mall
3. dalawang libong piso
4. pilak
5. kahon

C. True or False

1. True
2. False
3. True
4. False
5. True

Story 21: Tanghalian sa *Fast Food*

Oras na ulit ng aming pahinga. Karaniwan, sa karinderya kami kumakain ni Vivian. Doon kami madalas dahil mura at masarap ang pagkain. Ngunit noong araw na iyon, sarado ang karinderya na kinakainan namin. May nakapaskil na karatula sa harap ng pinto. Nakalagay doon na sarado muna sila.

Tumingin kami ni Vivian sa isa't isa. "Saan tayo kakain?" tanong niya.

"Sa fast food na lang," sagot ko. "Malapit lang naman."

Pumayag si Vivian. Sabay kaming naglakad papunta sa isang fast food restaurant na malapit sa bangko. Maraming tao sa labas. May mga empleyado, estudyante, at pamilya. Maliwanag ang lugar at may malalaking bintana.

Pagpasok namin sa fast food, malamig ang hangin. May mahabang counter sa harap. Sa itaas ng counter, may malaking screen. Doon makikita ang menu at mga presyo. Hindi na namin kailangang magtanong ng presyo dahil malinaw itong nakasulat sa screen.

Tumingin kami ni Vivian sa menu. Maraming pagkain ang nakalagay. May fried chicken, burger, spaghetti, at kanin. May mga combo meal din. May softdrinks at juice. Makukulay ang larawan ng pagkain sa screen.

"Anong oorderin mo?" tanong ko kay Vivian.

"Chicken at kanin," sagot niya. "Ikaw?"

"Chicken at spaghetti," sagot ko.

Habang nakapila kami, tinitingnan ko pa rin ang menu. Nakita ko ang presyo ng bawat pagkain. May murang meal at may mas mahal. Pinili ko ang meal na sapat sa akin at pasok sa aking budget.

Nang kami na ang nasa harap ng counter, ngumiti ang cashier. "Ano po ang order ninyo?" tanong niya.

"Isang chicken with spaghetti po," sabi ko.

"Isang chicken with rice po," sabi ni Vivian.

Nag-order din kami ng softdrinks. Nagbayad kami sa cashier at kinuha ang resibo. Sinabi niya na maghintay kami sa aming numero. Lumayo kami sa counter at umupo sa isang bakanteng mesa.

Tahimik ang loob ng fast food pero maraming tao. May mga batang kumakain. May mga magulang na nag-uusap. May mga empleyado rin na tulad namin. Malinis ang mesa at sahig. May amoy ng pritong manok sa paligid.

Habang naghihintay ng pagkain, nagkwentuhan kami ni Vivian. Pinag-usapan namin ang aming umaga sa trabaho. Sinabi niya na maraming kliyente kanina. Sinabi ko rin na naging abala ako sa aking mesa. Nagtawanan kami at nag-relax.

Maya-maya, tinawag na ang aming numero. Tumayo kami at kinuha ang aming pagkain sa counter. Mainit pa ang pagkain. May tray na may plato, kutsara, tinidor, at baso.

Umupo kami ulit sa mesa at nagsimulang kumain. Kinain ko ang aking fried chicken at spaghetti. Malutong ang manok at masarap ang spaghetti. Uminom ako ng softdrinks. Si Vivian naman ay masayang kumakain ng chicken at kanin.

Habang kumakain, tumingin ako sa paligid. May mga tao na nagmamadali. May iba na tahimik lang. Ang fast food ay puno ng buhay at ingay, pero komportable pa rin.

Pagkatapos naming kumain, iniligpit namin ang aming tray. Itinapon namin ang mga basura sa tamang basurahan. Bumalik kami sa mesa at uminom ng kaunting tubig.

"Tara na," sabi ni Vivian. "Babalik na tayo sa opisina."

"Oo," sagot ko.

Lumabas kami ng fast food at naglakad pabalik sa bangko. Busog ang aming tiyan at mas magaan ang aming pakiramdam.

Minsan, masarap din ang pagbabago ng lugar. Lalo na sa pagkain. Ang mahalaga ay busog ka at may lakas para magtrabaho sa hapon.

EXERCISES:

A. FILL IN THE BLANK

fast food	tray	screen	spaghetti
karinderya			

1. Sarado ang ______________ na karaniwang kinakainan nina Cora at Vivian.
2. Kumain sila sa isang ______________.
3. Nakita nila ang menu at presyo sa ______________ sa itaas.
4. Umorder si Cora ng chicken at ______________.
5. Inilagay ang pagkain sa isang ______________

B. WH- Questions

1. Sino ang kasabay ni Cora sa tanghalian?
2. Saan sila kumain?
3. Ano ang kinain ni Vivian?
4. Ano ang ininom nila?
5. Saan sila bumalik pagkatapos kumain?

C. TRUE or FALSE

____________ 1. Bukas ang karinderya kaya doon sila kumain.

____________ 2. May malaking screen sa fast food.

____________ 3. Nagtanong sila ng presyo sa cashier.

____________ 4. Masarap ang kinain ni Cora.

____________ 5. Bumalik sila sa bangko pagkatapos kumain.

ANSWER KEY:

A. Fill in the blank

1. karinderya
2. fast food
3. screen
4. spaghetti
5. tray

B. WH- Questions

1. Vivian
2. fast food
3. chicken at spaghetti
4. softdrinks
5. opisina/bangko

C. True or False

1. False
2. True
3. False
4. True
5. True

Story 22: Biyahe ni Cora at Vivian Papuntang Maynila

May mahalagang ibinalita sa amin ang aming supervisor. Umupo kami ni Vivian at nakinig nang mabuti. Sinabi ng aming supervisor na may conference na gaganapin sa Maynila. Ang conference ay para sa mga empleyado ng bangko. Gaganapin ito sa isang hotel sa lungsod.

Masaya kaming dalawa ni Vivian nang marinig namin ang balita. Sinabi ng aming supervisor na kami ang ipapadala para dumalo sa conference. Isang malaking karanasan ito para sa amin. Makakatulong ito sa aming trabaho at kaalaman. Nagpasalamat kami sa aming supervisor at nangakong gagawin namin ang aming makakaya.

Pagkatapos ng balita, pinag-usapan namin ni Vivian ang conference. Pinag-usapan namin ang hotel, ang programa, at ang aming biyahe. Dahil kami ay nakatira sa probinsya, kailangan naming maglakbay papuntang Maynila. Hindi ito isang simpleng biyahe. Kailangan naming sumakay ng iba't ibang sasakyan.

Ilang araw bago ang biyahe, naghanda kami. Inayos ko ang aking bag. Naglagay ako ng damit, ID, wallet, cellphone, at charger. Mahalaga ang paghahanda para hindi makalimot ng gamit. Si Vivian ay naghanda rin ng kanyang mga gamit. Pareho kaming excited at kaunting kinakabahan.

Dumating ang araw ng biyahe. Maaga kaming nagkita ni Vivian. Una naming sinakyan ang barko. Dahil hiwalay ang aming probinsya sa Maynila, kailangan naming tumawid ng dagat. Malaki ang barko at maraming pasahero. May mga upuan sa loob at may bintana sa gilid.

Umupo kami ni Vivian at inilagay ang aming mga bag sa tabi. Nang umandar ang barko, naramdaman ko ang banayad na alon ng dagat. Tumingin ako sa labas at nakita ko ang dagat at langit. Tahimik ang biyahe at presko ang hangin. Matagal ang biyahe sa barko, pero nakapagpahinga kami.

Pagdating namin sa pantalan, bumaba kami ng barko. Mula roon, sumakay naman kami ng bus. Ang bus ay papunta sa susunod na lungsod. Umupo kami sa gitna ng bus. May aircon sa loob at komportable ang upuan. Habang umaandar ang bus, nakita namin ang mga bundok, bahay, at kalsada.

Matagal din ang biyahe sa bus. Paminsan-minsan, humihinto ito sa terminal. Bumili kami ng tubig at meryenda. Nag-usap kami ni Vivian tungkol sa conference at sa hotel na tutuluyan namin. Mas lalo kaming na-excite.

Pagkatapos ng bus, sumakay naman kami ng tren. Ito ang unang beses ko na sumakay ng tren papuntang Maynila. Mabilis ang takbo ng tren. Maraming tao sa loob. May mga nakaupo at may mga nakatayo. Humawak kami sa handrail at nag-ingat sa aming mga gamit.

Mula sa bintana ng tren, nakita ko ang mga gusali at kalsada. Malapit na kami sa Maynila. Ramdam ko na ang pagod, pero masaya ako sa aming paglalakbay.

Pagbaba namin ng tren, sumakay kami ng taxi. Ito na ang huling sasakyan sa aming biyahe. Sinabi namin sa driver ang pangalan ng hotel. Umandar ang taxi at dumaan sa masisikip na kalsada. Maraming sasakyan at ilaw sa paligid.

Pagdating namin sa hotel, huminga kami nang malalim. Malaki at maganda ang hotel. May malaking pinto at maliwanag ang loob. Bumaba kami ng taxi at kinuha ang aming mga bag. Masaya kaming nakarating nang ligtas.

Ang aming biyahe papuntang Maynila ay mahaba, pero puno ng karanasan. Gumamit kami ng barko, bus, tren, at taxi. Pagod man ang katawan, handa na kaming dumalo sa conference at matuto ng bagong kaalaman. Para sa akin, ang biyahe ay bahagi ng pagkatuto at paglago sa trabaho.

Exercises:

A. FILL IN THE BLANK

<table>
<tr><td>hotel</td><td>conference</td><td>taxi</td><td>barko</td></tr>
<tr><td>tren</td><td></td><td></td><td></td></tr>
</table>

1. May _____________ na gaganapin sa Maynila.
2. Sa isang _____________ gaganapin ang conference.
3. Unang sinakyan nina Cora at Vivian ang _____________.
4. Sumakay din sila ng bus at _____________.
5. Ang huling sinakyan nila ay _____________.

B. WH- Questions

1. Sino ang kasama ni Cora sa biyahe?
2. Saang lugar gaganapin ang conference?
3. Anong sasakyan ang ginamit sa pagtawid ng dagat?
4. Anong sasakyan ang mabilis papuntang Maynila?
5. Saan sila bumaba pagkatapos ng taxi?

C. TRUE or FALSE

_____________ 1. Ang conference ay gaganapin sa probinsya.

_____________ 2. Iba't ibang sasakyan ang sinakyan nina Cora at Vivian.

_____________ 3. Hindi sila sumakay ng tren.

_____________ 4. Dumaan sila sa dagat at kalsada.

_____________ 5. Ligtas silang nakarating sa hotel.

ANSWER KEY:

A. Fill in the blank

1. conference
2. hotel
3. barko
4. tren
5. taxi

B. WH- Questions

1. Vivian
2. Maynila
3. barko
4. tren
5. hotel

C. True or False

1. False
2. True
3. False
4. True
5. True

Story 23: Gabi sa Bonifacio Global City

Natapos na ang unang araw ng conference namin ni Vivian. Pagod ang aming katawan, pero masaya ang aming isipan. Marami kaming natutunan mula sa mga speaker at sa mga bagong ideya tungkol sa trabaho. Pagbalik namin sa hotel, nagpahinga muna kami sandali. Umupo kami sa kama at uminom ng tubig. Nagpalit kami ng komportableng damit at nag-ayos ng kaunti.

Kinagabihan, nagpasya kaming mamasyal sa Bonifacio Global City, o BGC. Narinig na namin ang lugar na ito, pero ngayon lang namin ito nakita nang personal. Sumakay kami ng taxi mula sa hotel. Hindi kalayuan ang biyahe. Habang nasa loob ng taxi, nakita namin ang maraming ilaw at matataas na gusali. Pakiramdam ko ay nasa ibang mundo kami.

Pagdating namin sa BGC, bumaba kami ng taxi at nagsimulang maglakad. Malinis ang kalsada at malawak ang sidewalk. May mga puno sa gilid ng daan at may ilaw sa bawat sulok. Presko ang hangin at tahimik ang paligid kahit maraming tao. May mga naglalakad na magkaibigan, may mga nagjo-jogging, at may mga pamilyang namamasyal.

Namangha kaming dalawa ni Vivian. Ang BGC ay moderno at maayos. Maraming gusali na matataas at magaganda. May mga cafe at restaurant sa paligid. May mga upuan at open space kung saan puwedeng umupo at magpahinga. Iba talaga ang itsura ng lugar kumpara sa aming probinsya.

Habang naglalakad kami, napansin namin na maraming banyaga. May mga nagsasalita ng Ingles. Ang iba ay may kasamang kaibigan. Ang iba naman ay nag-iisa lang at naglalakad. Nakakatuwa at nakaka-excite makita ang iba't ibang tao. Para kaming nasa ibang bansa.

Naglakad kami papunta sa isang sikat na bilihan ng sapatos. Malaki ang tindahan at maliwanag ang loob. May malaking salamin sa harap at malinaw ang pangalan ng tindahan. Pagpasok namin, nakita namin ang maraming klase ng sapatos. May sapatos na pangtrabaho, panglakad, at pang-sports. May panglalaki at pambabae.

Nagtingin-tingin kami ni Vivian. Kinuha niya ang isang pares ng sapatos at sinukat ito. "Maganda ito," sabi niya. Ngumiti ako at sinabi kong bagay sa kanya. Tumingin din ako ng sapatos, pero hindi ako bumili. Gusto ko lang tumingin at mag-enjoy. Maraming kulay ang mga sapatos—may itim, puti, at makukulay.

May ilang banyaga rin sa loob ng tindahan. Tahimik silang namimili. May staff na tumutulong sa kanila. Malinis at maayos ang tindahan. Ramdam ko ang kaayusan ng lugar at ang pagiging moderno nito.

Pagkatapos naming magtingin ng sapatos, lumabas kami ng tindahan at naglakad pa sa paligid. Kumuha kami ng ilang litrato bilang alaala. Tumawa kami at nagkwentuhan. Pinag-usapan namin ang aming unang araw sa conference at ang aming mga plano kinabukasan.

Maya-maya, naramdaman namin ang pagod. Umupo kami sa isang upuan sa gilid ng daan. Tahimik lang kaming tumingin sa paligid. Maliwanag pa rin ang mga ilaw at masaya ang mga tao. Pakiramdam ko ay ligtas at komportable ang lugar.

Pagkatapos magpahinga, nagpasya kaming bumalik sa hotel. Sumakay ulit kami ng taxi. Habang nasa biyahe, tahimik kami pero masaya. Marami kaming bagong karanasan at alaala.

Ang gabing iyon sa Bonifacio Global City ay simple pero espesyal. Namangha kami sa ganda at kaayusan ng lugar. Para sa akin, ang pagbisita sa BGC ay isang karanasan na hindi ko makakalimutan.

Exercises:

A. FILL IN THE BLANK

<table>
<tr><td>taxi</td><td>sapatos</td><td>banyaga</td></tr>
<tr><td>puno</td><td>BGC</td><td></td></tr>
</table>

1. Namasyal sina Cora at Vivian sa ____________.
2. Sumakay sila ng ____________ mula sa hotel.
3. Maraming ____________ at ilaw sa paligid ng BGC.
4. Pumasok sila sa isang bilihan ng ____________.
5. Maraming ____________ ang nakita nila sa lugar.

B. WH- Questions

1. Anong lugar ang pinasyalan nina Cora at Vivian?
2. Saan sila sumakay papunta sa BGC?
3. Ano ang kinuha nina Cora bilang alaala?
4. Sino ang narinig nilang nagsasalita ng Ingles?
5. Ano ang dinaluhan nina Cora at Vivian sa Maynila?

C. TRUE or FALSE

________ 1. Pagod pero masaya sina Cora at Vivian.

________ 2. Madilim at marumi ang paligid ng BGC.

________ 3. Bumili sila agad ng sapatos.

________ 4. Maraming banyaga sa BGC.

________ 5. Bumalik sila sa hotel pagkatapos mamasyal.

ANSWER KEY:

A. Fill in the blank

1. BGC
2. taxi
3. puno
4. sapatos
5. banyaga

B. WH- Questions

1. BGC
2. taxi
3. litrato
4. banyaga
5. conference

C. True or False

1. True
2. False
3. False
4. True
5. True

Story 24: Pamamasyal sa Maynila

Natapos na ang dalawang araw na conference namin ni Vivian. Marami kaming natutunan at maraming bagong kaalaman ang nakuha namin mula sa mga speaker. Pagod ang aming katawan, pero masaya kami sa aming karanasan. Dahil tapos na ang conference, napagdesisyunan naming ilaan ang ikatlong araw sa pamamasyal.

Maaga kaming nagising sa hotel. Nag-almusal muna kami at nag-ayos ng aming mga gamit. Sinabi ni Vivian na gusto niyang pumunta sa isang malaking mall sa Maynila. Narinig daw niya na mas malaki ito kaysa sa mga mall sa probinsya. Pumayag ako dahil gusto ko ring makita ang malaking mall sa siyudad.

Pagkatapos maghanda, lumabas kami ng hotel at naghanap ng masasakyan. May dumaan na mini bus. Sinabi ng konduktor na papunta ito sa mall. Sumakay kami at umupo sa gitna. Ang pamasahe ay tatlumpung piso bawat isa. Nagbayad kami at itinago ang sukli sa aming wallet.

Habang umaandar ang mini bus, tumingin ako sa labas. Maraming gusali sa paligid. May mga matataas na building at malalaking billboard. May mga kotse, bus, at motorsiklo sa kalsada. Minsan ay mabagal ang takbo ng mini bus dahil sa trapik. Nakita rin namin ang ilang tindahan, paaralan, at opisina sa daan.

Nagkwentuhan kami ni Vivian habang nasa biyahe. Pinag-usapan namin ang aming conference at ang aming plano sa mall. Paminsan-minsan ay humihinto ang mini bus upang magsakay at magbaba ng pasahero. May mga estudyante, empleyado, at pamilya na sumasakay.

Pagkaraan ng ilang minuto, bumaba kami malapit sa mall. Pagtingin pa lang namin, namangha na kami. Napakalaki ng mall. Maraming pinto at maraming tao sa labas. Mas malaki ito kumpara sa mall sa aming probinsya.

Pagpasok namin sa mall, medyo nalito kami. Maraming palapag at maraming tindahan. May mga damit, sapatos, pagkain, at laruan. May mga escalator at elevator. Halos maligaw kami dahil pare-pareho ang itsura ng mga daan sa loob.

"Teka lang," sabi ni Vivian. "Parang paikot-ikot tayo."

Tumawa ako at sinabi, "Oo nga. Ang laki kasi ng mall."

Huminto kami sandali at tumingin sa mall map. Nakita namin kung saan ang mga tindahan at kainan. Unti-unti naming natutunan ang daan. Naging mas madali ang paglalakad pagkatapos.

Nagpasya kaming mamili ng pasalubong para sa aming pamilya at kaibigan. Pumasok kami sa isang tindahan ng mga souvenir. May keychain, t-shirt, tsokolate, at maliit na bag. Pinili ko ang ilang keychain at tsokolate para kina Nanay, Tatay, at Impay.

Si Vivian naman ay bumili ng t-shirt at pasalubong para sa kanyang pamilya. Tiningnan namin ang presyo ng mga bagay. Pinili namin ang hindi masyadong mahal pero maganda ang kalidad.

Pagkatapos mamili, naglakad pa kami sa mall. Tumingin kami sa mga tindahan at kumain ng meryenda. Umupo kami sandali at nagpahinga. Masaya kaming nagkwentuhan at nagtawanan.

Maya-maya, napagod din kami sa kakalakad. Napagdesisyunan naming bumalik na sa hotel. Lumabas kami ng mall at sumakay ulit ng mini bus. Pareho ang pamasahe. Tahimik kami sa biyahe dahil pagod, pero masaya ang aming pakiramdam.

Ang ikatlong araw namin sa Maynila ay masaya at puno ng karanasan. Ang malaking mall, ang biyahe sa mini bus, at ang pamimili ng pasalubong ay naging bahagi ng aming alaala. Para sa akin, ang pamamasyal ay isang magandang paraan para makilala ang isang lugar at masiyahan sa bawat sandali.

Exercises:

A. FILL IN THE BLANK

pamamasyal	pasalubong	Maynila
tatlumpo	mini bus	

1. Ang ikatlong araw ay inilaan nina Cora at Vivian sa ____________.
2. Sumakay sila ng ____________ papunta sa mall.
3. Ang pamasahe ng mini bus ay ____________ piso.
4. Mas malaki ang mall sa ____________ kaysa sa probinsya.
5. Bumili sila ng ____________ para sa pamilya.

B. WH- Questions

1. Sino ang kasama ni Cora sa pamamasyal?
2. Saan sila pumunta sa ikatlong araw?
3. Anong sasakyan ang sinakyan nila?
4. Ano ang binili nila sa mall?
5. Saan sila bumalik pagkatapos mamasyal?

C. TRUE or FALSE

____________ 1. Natapos ang conference sa loob ng dalawang araw.

____________ 2. Mas maliit ang mall sa Maynila kaysa sa probinsya.

____________ 3. Halos maligaw sina Cora at Vivian sa mall.

____________ 4. Hindi sila namili ng pasalubong.

____________ 5. Bumalik sila sa hotel pagkatapos mamasyal.

ANSWER KEY:

A. Fill in the blank

1. pamamasyal
2. mini bus
3. tatlumpo
4. Maynila
5. pasalubong

B. WH- Questions

1. Vivian
2. mall
3. mini bus
4. pasalubong
5. hotel

C. True or False

1. True
2. False
3. True
4. False
5. True

Story 25: Kwento ni Miguel sa Dubai

Isang hapon, nagkita kami ng aking kababata na si Miguel. Umupo kami sa bakuran ng kanilang bahay. Tahimik ang paligid at presko ang hangin. Matagal na kaming hindi nagkakausap nang mahaba, kaya masaya akong makasama siya muli.

Si Miguel ay nagtatrabaho sa Dubai bilang OFW. Matagal na siyang nandoon at minsan lang umuwi sa Pilipinas. Habang nagkakape kami, napag-usapan namin ang kanyang karanasan sa ibang bansa. Marami akong tanong dahil hindi pa ako nakakapunta sa ibang bansa at hindi pa ako nakakasakay ng eroplano.

"Miguel," sabi ko, "kumusta ang buhay mo sa Dubai?"

Ngumiti siya at sumagot, "Okay naman. Mahirap sa umpisa, pero nasanay din ako."

Sinabi ni Miguel na mainit ang panahon sa Dubai. Mas mainit daw kaysa sa Pilipinas. Maraming matataas na gusali at malalawak na kalsada. Malinis ang lugar at maayos ang transportasyon. Maraming tao mula sa iba't ibang bansa ang nagtatrabaho roon.

Tinanong ko siya tungkol sa kanyang unang biyahe papuntang Dubai. "Ano ang pakiramdam ng sumakay ng eroplano?" tanong ko.

"Medyo kinakabahan ako noon," sagot niya. "Unang beses ko rin sumakay ng eroplano."

Ikinwento ni Miguel na pumunta siya sa airport nang maaga. Maraming tao sa loob. May mahahabang pila at maraming bag. Dumaan siya sa check-in at security. Pagkatapos, naghintay siya sa boarding gate.

Nang sumakay na raw siya sa eroplano, umupo siya sa tabi ng bintana. Nakita niya ang pakpak ng eroplano. Nang umandar at lumipad ang eroplano, nakaramdam siya ng kaba at saya. "Parang lumulutang ka sa hangin," sabi niya. Tumango ako habang nakikinig.

Sinabi niya na matagal ang biyahe. Ilang oras silang nasa ere. May pagkain at inumin sa loob ng eroplano. May screen din sa harap ng upuan. Nanood siya ng pelikula at natulog para makalipas ang oras.

"Gusto mo bang makasakay ng eroplano?" tanong ni Miguel sa akin.

"Oo," sagot ko. "Hindi pa ako nakakasakay, pero gusto kong maranasan iyon."

Sinabi ko kay Miguel na pangarap kong makasakay ng eroplano at makapunta sa ibang lugar. Ngumiti siya at sinabi na darating din ang tamang oras para doon.

Ikinwento rin ni Miguel ang kanyang araw-araw na buhay sa Dubai. Maaga siyang gumigising at pumapasok sa trabaho. Sumasakay siya ng bus o tren papunta sa kanyang opisina. Maraming sasakyan sa kalsada, pero maayos ang sistema.

May mga kaibigan daw siya mula sa ibang bansa. Iba-iba ang wika at kultura, pero nagkakaintindihan sila. Tuwing day off, nagpapahinga lang siya o nakikipagkita sa mga kaibigan.

Habang nag-uusap kami, naisip ko kung gaano kalayo ang narating ni Miguel mula sa aming probinsya. Magkalaro lang kami noon, pero ngayon ay nakarating na siya sa ibang bansa.

"Marami akong natutunan sa Dubai," sabi ni Miguel. "Hindi madali ang buhay, pero natuto akong magsikap." Tumango ako at sinabi, "Proud ako sa'yo."

Natapos ang aming kwentuhan nang gumabi. Nagpasalamat ako kay Miguel sa pagbabahagi ng kanyang karanasan. Mas lalo akong na-inspire na mangarap at subukan ang mga bagong bagay.

Ang kwento ni Miguel tungkol sa Dubai at eroplano ay nagbigay sa akin ng bagong pag-asa. Hindi man ako nakakasakay pa ng eroplano ngayon, alam kong darating din ang araw na iyon. Ang mahalaga ay patuloy lang mangarap at magsikap.

Exercises:

A. FILL IN THE BLANK

Miguel	Dubai	airport	gusali	eroplano

1. Ang kababata ni Cora ay si ____________.
2. Nagtatrabaho si Miguel sa ____________.
3. Hindi pa nakakasakay ng ____________ si Cora.
4. Maraming ____________ ang makikita sa Dubai.
5. Sa ____________ pumunta si Miguel bago sumakay ng eroplano.

B. WH- Questions

1. Sino ang kababata ni Cora?
2. Saan nagtatrabaho si Miguel?
3. Ano ang sinakyan ni Miguel papuntang Dubai?
4. Saan naghintay si Miguel bago lumipad?
5. Saan sila nagkwentuhan?

C. TRUE or FALSE

____________ 1. Si Miguel ay OFW sa Dubai.

____________ 2. Nakakasakay na ng eroplano si Cora.

____________ 3. Dumaan si Miguel sa airport bago lumipad.

____________ 4. Maikli ang biyahe papuntang Dubai.

____________ 5. Na-inspire si Cora sa kwento ni Miguel.

ANSWER KEY:

A. Fill in the blank

1. Miguel
2. Dubai
3. eroplano
4. gusali
5. airport

B. WH- Questions

1. Miguel
2. Dubai
3. eroplano
4. airport
5. bakuran

C. True or False

1. True
2. False
3. True
4. False
5. True

Story 26: Bakasyon sa Puerto Galea

Isang long weekend ang dumating. Dahil mahaba ang bakasyon, nagplano ang aming pamilya na mamasyal sa dagat. Matagal na naming gustong magbakasyon, kaya masaya kaming lahat. Sumama sina Nanay Lorna, Tatay Betong, at si Impay. Inimbitahan din namin ang pamilya nina Aling Pasing. Kasama rin si Miguel. Mas masaya ang bakasyon kapag marami ang kasama.

Nag-usap-usap kami tungkol sa aming pupuntahan. Gusto naming pumunta sa isang sikat na dagat. Napagdesisyunan naming pumunta sa Puerto Galera. Marami kaming narinig na magaganda tungkol sa lugar na iyon. Sabi nila, puting-puti raw ang buhangin at malinaw ang tubig.

Maaga kaming nagising sa araw ng alis. Nag-impake kami ng damit, pagkain, at tubig. May dala kaming bag at ilang gamit para sa dagat. Masaya ang lahat kahit maaga pa. Kita sa mukha ng bawat isa ang excitement.

Nag-arkila kami ng van papunta sa Puerto Galera. Mas komportable ito dahil marami kami. Ang upa sa van ay limang libong piso para sa buong biyahe. Kasama na ang driver. Sumakay kaming lahat sa van at inayos ang aming mga bag. Umupo ako sa tabi ni Impay. Si Miguel naman ay umupo sa likod kasama si Aling Pasing.

Habang umaandar ang van, nagkwentuhan kami. May mga nagtatawanan. May kumakain ng meryenda. Tumingin ako sa labas ng bintana. Nakita ko ang mga bahay, bundok, at puno. Minsan ay mabagal ang takbo ng van dahil sa trapik, pero ayos lang. Masaya ang biyahe.

Matagal ang biyahe, pero hindi namin namalayan ang oras. Maya-maya, sinabi ng driver na malapit na kami sa Puerto Galera. Lalong naging masaya ang lahat. Si Impay ay tumingin sa bintana at tuwang-tuwa.

Pagdating namin sa Puerto Galera, bumaba kami ng van. Pagtingin pa lang namin sa dagat, namangha na kami. Puting-puti ang buhangin. Malinaw at asul ang tubig. Kita ang mga alon na dahan-dahang dumadampi sa pampang. Presko ang hangin at maliwanag ang araw.

"Ang ganda!" sabi ni Aling Pasing.

"Opo," sagot ko. "Sulit ang biyahe."

Naglakad kami papunta sa aming tinuluyan. Iniwan muna namin ang aming mga gamit. Pagkatapos, bumalik kami sa dalampasigan. Ang iba ay naghubad ng tsinelas. Ang iba naman ay kumuha ng litrato. Si Miguel ay agad lumapit sa dagat at nagbasa ng paa.

Naglaro si Impay sa buhangin. Gumawa siya ng maliit na kastilyo. Tinulungan siya ni Tatay Betong. Si Nanay, Aling Pasing, at Mang Tonyo naman ay naupo sa lilim at nagkwentuhan. Masaya ang lahat.

Ako at si Miguel ay naglakad sa tabing-dagat. Pinag-usapan namin ang aming bakasyon at ang aming mga plano. Tahimik at payapa ang paligid. Nakakarelaks ang tunog ng alon.

Pagdating ng tanghali, kumain kami ng aming baon. Sama-sama kaming umupo at nagdasal bago kumain. Masarap ang pagkain dahil sabay-sabay kaming kumain at masaya ang usapan.

Pagkatapos kumain, naligo kami sa dagat. Malamig at presko ang tubig. Tumawa kami at nag-enjoy. Ramdam ko ang saya at pahinga sa aking katawan.

Nang magsimulang lumubog ang araw, umupo kami sa buhangin at nanood ng sunset. Maganda ang kulay ng langit. Tahimik kaming lahat at nagpapasalamat sa araw na iyon.

Ang long weekend sa Puerto Galera ay isang masayang karanasan. Dahil sa pamilya at mga kaibigan, naging espesyal ang bakasyon.

Exercises:

A. FILL IN THE BLANK

long weekend	Puerto Galera	van
limang libo	buhangin	

1. Nagplano ang pamilya ni Cora noong _____________.
2. Ang pinuntahan nilang dagat ay _____________.
3. Sumakay sila ng _____________ papunta sa dagat.
4. Ang upa sa van ay _____________ piso.
5. Puting-puti ang _____________ sa dagat.

B. WH- Questions

1. Sino ang kababata ni Cora na sumama sa biyahe?
2. Saan pumunta ang mag-anak ni Cora?
3. Anong sasakyan ang inarkila nila?
4. Sino ang naglaro sa buhangin?
5. Ano ang pinanood nila bago gumabi?

C. TRUE or FALSE

_____________ 1. Kasama ang pamilya nina Aling Pasing sa biyahe.

_____________ 2. Maitim ang buhangin sa Puerto Galera.

_____________ 3. Nag-arkila sila ng van para sa biyahe.

_____________ 4. Tahimik at hindi masaya ang bakasyon.

_____________ 5. Nanood sila ng sunset sa tabing-dagat.

ANSWER KEY:

A. Fill in the blank

1. long weekend
2. Puerto Galera
3. van
4. limang libo
5. buhangin

B. WH- Questions

1. Miguel
2. Puerto Galera
3. van
4. Impay
5. sunset

C. True or False

1. True
2. False
3. True
4. False
5. True

Story 27: Bakasyon ni Vivian

Isang umaga sa opisina, maaga akong dumating sa trabaho. Tahimik pa ang paligid at hindi pa abala ang mga tao. Ilang sandali pa, dumating si Vivian. May dala siyang kape at may ngiti sa mukha. Mukhang masaya siya at relaxed.

"Magandang umaga, Vivian," bati ko.

"Magandang umaga din, Cora," sagot niya.

Umupo kami sa aming mga mesa at inayos ang aming mga gamit. Habang naghihintay na magsimula ang trabaho, naalala ko ang bakasyon ni Vivian noong nakaraang linggo. Alam kong nagbakasyon din siya kasama ang kanyang pamilya, kaya kinamusta ko siya.

"Kamusta ang bakasyon mo?" tanong ko.

Ngumiti siya at sumagot, "Masaya, Cora. Talagang nakapagpahinga ako."

Sinabi ni Vivian na nagpunta sila ng kanyang pamilya sa isang resort. Hindi raw ito masyadong malayo sa kanilang bahay. Tahimik daw ang lugar at malinis. May mga puno sa paligid at sariwa ang hangin. Perpekto daw ito para sa pahinga.

"May pool doon," sabi ni Vivian. "Malaki at malinis ang pool."

Natuwa ako nang marinig iyon. "Wow! Masarap maligo sa pool!," sabi ko.

Ikinwento ni Vivian na kasama niya ang kanyang mga magulang at kapatid. Maaga silang umalis ng bahay at sumakay ng sasakyan papunta sa resort. Pagdating daw nila, sinalubong sila ng staff. Mabait at magalang ang mga tao roon.

Pagkatapos mag-check in, iniwan muna nila ang kanilang mga gamit sa kwarto. Pagkatapos, dumiretso na raw sila sa pool. Ang kanyang mga kapatid ay agad naligo at naglaro sa tubig. Masaya raw ang mga bata at puro tawanan ang naririnig.

Si Vivian naman ay umupo muna sa gilid ng pool. Pinanood niya ang kanyang pamilya habang nag-eenjoy. Maya-maya, naligo rin siya. Malamig at presko raw ang tubig. Nawala raw ang kanyang pagod sa trabaho.

"Ang sarap sa pakiramdam," sabi ni Vivian. "Nakalimutan ko ang stress sa opisina."

Ngumiti ako at tumango. Naiintindihan ko ang kanyang sinabi.

Pagdating ng tanghali, kumain daw sila sa loob ng resort. May mga lutong pinoy. May kanin, ulam, at prutas. Sama-sama silang kumain at nagkwentuhan. Mas masarap daw ang pagkain kapag kasama ang pamilya.

Pagkatapos kumain, nagpahinga muna sila sa kwarto. Tahimik daw ang paligid. Walang ingay ng sasakyan. Naka-idlip siya nang maayos. Nang hapon, bumalik ulit sila sa pool. Naglaro sila at kumuha ng litrato.

"Marami kaming litrato," sabi ni Vivian. "Gusto kong itago ang mga alaala."

"Maganda 'yan," sagot ko. "Mahalaga ang mga alaala."

Kinagabihan, naglakad-lakad daw sila sa loob ng resort. May mga ilaw at halaman. Presko ang hangin at malamig ang gabi. Umupo sila sa labas at nagkwentuhan. Simple lang ang ginawa nila, pero masaya raw ang gabi.

Kinabukasan, maaga silang nagising. Nag-almusal sila at nagligpit ng gamit. Bago umalis, bumalik pa raw sila sa pool para sa huling ligo. Ayaw pa raw umuwi ng mga bata.

"Bitin ang bakasyon," sabi ni Vivian at tumawa.

"Oo nga," sabi ko. "Kapag masaya, mabilis talaga ang oras."

Habang nag-uusap kami, nagsimulang dumating ang ibang empleyado. Oras na ulit ng trabaho. Bumalik kami sa aming mga mesa. Pero ramdam ko na mas magaan ang pakiramdam ni Vivian.

Ang kwento ni Vivian tungkol sa resort at pool ay nagpaalala sa akin na mahalaga ang pahinga. Kahit sandali lang, malaking tulong ito sa katawan at isipan. Mas masaya ang trabaho kapag may balanse ang pahinga at gawain.

Exercises:

A. FILL IN THE BLANK

<table>
<tr><td>resort</td><td>pool</td><td>pamilya</td><td>kwarto</td></tr>
<tr><td>bakasyon</td><td></td><td></td><td></td></tr>
</table>

1. Kinamusta ni Cora ang _____________ ni Vivian.
2. Nagpunta ang pamilya ni Vivian sa isang _____________.
3. May _____________ sa resort na pinuntahan nila.
4. Kasama ni Vivian ang kanyang _____________.
5. Pagkatapos kumain ay nagpahinga sila sa _____________.

B. WH- Questions

1. Sino ang nagkwento tungkol sa bakasyon?
2. Saan nagbakasyon ang pamilya ni Vivian?
3. Ano ang meron sa resort bukod sa mga kwarto?
4. Sino ang kasama ni Vivian sa bakasyon?
5. Ano ang ginawa nila para alalahanin ang bakasyon?

C. TRUE or FALSE

_________ 1. Nagbakasyon si Vivian kasama ang kanyang pamilya.

_________ 2. Walang pool sa resort na pinuntahan nila.

_________ 3. Masaya ang mga bata sa bakasyon.

_________ 4. Hindi nagpahinga si Vivian sa resort.

_________ 5. Mas naging magaan ang pakiramdam ni Vivian pagkatapos ng bakasyon.

ANSWER KEY:

A. Fill in the blank

1. bakasyon
2. resort
3. pool
4. pamilya
5. kwarto

B. WH- Questions

1. Vivian
2. resort
3. pool
4. pamilya
5. kumuha ng litrato

C. True or False

1. True
2. False
3. True
4. False
5. True

Story 28: Pag-aalala ni Cora Kay Impay

Nagising ako nang maaga upang maghanda sa trabaho. Tahimik pa ang bahay at wala pang masyadong ingay. Nang tingnan ko ang orasan, napansin ko na umaga pa, pero hindi ko pa naririnig si Impay na gumagalaw. Karaniwan, maaga siyang bumabangon para maghanda sa eskwela. Nagtaka ako kung bakit tahimik pa rin ang kanyang kwarto.

Pumunta ako sa kwarto ni Impay. Nakahiga pa rin siya sa kama at balot ng kumot. Nilapitan ko siya at napansin ko agad na basa ng pawis ang kanyang noo at leeg. Pinagpapawisan siya kahit malamig ang hangin. Kinabahan ako at dahan-dahan ko siyang ginising.

"Impay, gising na," sabi ko nang mahina.

Dumilat siya at tumingin sa akin. Kita ko sa kanyang mukha na hindi maayos ang kanyang pakiramdam. "Ate, masama po ang pakiramdam ko," sabi niya.

Tinanong ko siya kung ano ang nararamdaman niya. Sinabi niya na masakit ang kanyang ulo at mabigat ang kanyang katawan. Sinabi rin niya na nahihilo siya. Hindi na ako nagdalawang-isip. Lumabas agad ako ng kwarto at tinawag si Nanay Lorna.

"Nanay, masama po ang pakiramdam ni Impay," sabi ko nang may pag-aalala.

Agad na pumasok si Nanay sa kwarto. Dinampi niya ang likod ng kanyang kamay sa noo ni Impay. Ramdam niya ang init ng katawan nito.

"May lagnat siya," sabi ni Nanay. "Hindi muna siya papasok sa paaralan ngayon."

Agad akong kumuha ng papel at ballpen. Umupo ako sa mesa sa sala at nagsimulang sumulat ng liham para sa guro ni Impay. Maingat kong isinulat na may lagnat si Impay at kailangan niyang magpahinga sa bahay. Gusto kong malinaw ang aking sulat para maintindihan ng guro ang dahilan ng kanyang pagliban.

Habang sumusulat ako, sinabi ko kay Nanay, "Nanay, baka po puwede kayong magluto ng lugaw para kay Impay. Masarap po iyon kapag may sakit."

"Oo," sagot ni Nanay. "Magandang pagkain iyan. Malambot at mainit."

Bago ako pumasok sa trabaho, sinigurado kong maayos ang lahat para kay Impay. Inilagay ko sa tabi ng kanyang kama ang gamot at isang baso ng tubig. Pinunasan ko rin ang kanyang pawis at inayos ang kanyang kumot. Yumuko ako at kinausap siya.

"Magpahinga ka lang diyan," sabi ko. "Huwag ka munang babangon. Andito lang si Nanay."

Tumango siya at bahagyang ngumiti.

Lumabas ako ng bahay at dumiretso muna sa paaralan ni Impay. Inabot ko ang liham sa kanyang guro. Tinanggap ito ng guro at sinabing magpagaling muna si Impay. Nagpasalamat ako at saka pa lang ako pumasok sa trabaho.

Habang nasa opisina ako, hindi mawala sa isip ko si Impay. Kahit abala ako sa aking gawain, halata ang aking pag-aalala. Paminsan-minsan, tumitigil ako at iniisip kung kumusta na siya. Iniisip ko kung bumaba na ang kanyang lagnat at kung nakakain na siya ng lugaw.

Pagsapit ng hapon, nagpasya akong bumili ng pasalubong para kay Impay. Dumaan ako sa tindahan at bumili ng masarap na tinapay at isang kahon ng gatas. Alam kong gusto niya ang gatas, lalo na kapag masama ang pakiramdam niya.

Habang nasa biyahe pauwi, iniisip ko pa rin ang aking kapatid. Umaasa ako na mas maayos na ang kanyang kalagayan. Nang makarating ako sa bahay, agad akong dumiretso sa kanyang kwarto.

Nakahiga pa rin si Impay, pero mas maayos na ang kanyang itsura. Ibinigay ko sa kanya ang gatas at tinapay. "Salamat, Ate," sabi niya nang mahina. Napangiti ako at hinaplos ang kanyang ulo.

Sa araw na iyon, mas lalo kong naramdaman kung gaano ko kamahal ang aking kapatid. Ang pag-aalaga at pag-aalala ay bahagi ng pagiging pamilya. Para sa akin, mahalagang nandiyan ka para sa mahal mo, lalo na kapag sila ay may sakit.

Exercises:

A. FILL IN THE BLANK

Impay	lagnat	tinapay	lugaw
liham			

1. Tanghali na ngunit hindi pa bumabangon si ____________.
2. Pinagpawisan si Impay dahil may ____________ siya.
3. Sumulat si Cora ng ____________ para sa guro.
4. Nagluto si Nanay Lorna ng ____________ para kay Impay.
5. Bumili si Cora ng gatas at ____________ bilang pasalubong.

B. WH- Questions

1. Sino ang may sakit sa kuwento?
2. Sino ang nagsulat ng liham?
3. Kanino ibinigay ni Cora ang liham?
4. Ano ang inihanda para kay Impay na may sakit?
5. Ano ang biniling pasalubong ni Cora?

C. TRUE or FALSE

____________ 1. Maaga bumangon si Impay para pumasok sa eskwela.

____________ 2. Sinuri ni Nanay Lorna ang noo ni Impay.

____________ 3. Pumasok si Impay sa paaralan kahit may lagnat.

____________ 4. Nag-alala si Cora habang nasa trabaho.

____________ 5. Inalagaan ng pamilya si Impay.

ANSWER KEY:

A. Fill in the blank

1. Impay
2. lagnat
3. liham
4. lugaw
5. tinapay

B. WH- Questions

1. Impay
2. Cora
3. guro
4. lugaw
5. tinapay at gatas

C. True or False

1. False
2. True
3. False
4. True
5. True

Story 29: Pagdalaw kay Aling Pasing sa Ospital

Isang umaga, nalaman namin na nagkasakit si Aling Pasing. Dalawang araw na pala siyang nasa ospital. Ayon sa doktor, bumaba raw ang potassium sa kanyang katawan kaya kailangan pa siyang obserbahan. Nang marinig namin ang balita, agad kaming nag-alala. Si Aling Pasing ay mabait naming kapitbahay at malapit sa aming pamilya.

Nagpasya kaming dalawin siya sa ospital. Kasama ko ang aking nanay na si Nanay Lorna. Si Tatay Betong at si Impay naman ay naiwan sa bahay. May gagawin pang takdang aralin si Impay kaya hindi siya makakasama. Sinabi ni Tatay na mag-ingat kami at ipagdasal si Aling Pasing.

Bago kami umalis, naghanda kami ng dadalhin para kay Aling Pasing. Nagdala kami ng prutas tulad ng saging at mansanas. Sabi ni Nanay, mahalaga ang prutas para sa lakas ng katawan. Inilagay namin ang mga prutas sa isang bag at saka kami umalis papunta sa ospital.

Pagdating namin sa ospital, malamig ang hangin at tahimik ang paligid. Malinis ang sahig at maliwanag ang mga ilaw. May mga pasyente na nakahiga sa kama at may mga bantay na nakaupo sa tabi nila. May mga nars na naglalakad sa hallway at may dalang mga papel at gamit.

Dahan-dahan kaming naglakad papunta sa kwarto ni Aling Pasing. Nang pumasok kami, nakita namin siyang nakahiga sa kama. May dextrose na nakakabit sa kanyang kamay. Mukha siyang mahina, pero nang makita niya kami, ngumiti siya.

"Magandang gabi po, Aling Pasing," sabi ko.

"Magandang gabi rin, Cora," sagot niya nang mahina.

Lumapit si Nanay Lorna at hinawakan ang kamay ni Aling Pasing. "Kamusta na po ang pakiramdam ninyo?" tanong ni Nanay.

"Medyo ayos na," sagot niya. "Pero sabi ng doktor, kailangan pa raw akong bantayan."

Sa tabi ng kama, nandoon si Miguel. Siya ang nagbabantay kay Aling Pasing. Mukha siyang pagod pero alerto. Ngumiti siya sa amin at tumango bilang pagbati. Sinabi niya na dalawang araw na siyang halos hindi umuuwi para bantayan ang kanyang nanay.

Ibinigay namin ang mga prutas kay Miguel. "Salamat po," sabi niya. Inilagay niya ang mga ito sa maliit na mesa sa gilid ng kama. Sinabi niya na malaki ang tulong ng mga dinadalang pagkain at prutas ng mga dumadalaw.

Habang nag-uusap kami, pumasok ang isang nars sa kwarto. Ngumiti siya at kinamusta si Aling Pasing. Tiningnan niya ang dextrose at ang chart sa paanan ng kama. Sinulat niya ang ilang detalye sa papel. Sinabi ng nars na patuloy nilang mino-monitor ang potassium level ni Aling Pasing.

Tahimik kaming nakinig. Ramdam ko ang pag-aalala, pero nakaramdam din ako ng ginhawa dahil maayos ang pag-aalaga sa kanya sa ospital. Umupo kami ni Nanay sa upuan sa tabi ng kama at nagkwentuhan nang mahina upang hindi siya mapagod.

Ikinwento ni Aling Pasing na nami-miss niya ang kanilang bahay at ang bakuran. Sinabi niya na gusto na niyang umuwi, pero susundin niya ang payo ng doktor. Sinabi ni Nanay na mahalaga ang magpahinga at gumaling muna siya.

Maya-maya, bumalik ulit ang nars upang kamustahin si Aling Pasing. Tinanong niya kung may nararamdaman bang hilo o panghihina. Sumagot si Aling Pasing na mas maayos na ang pakiramdam niya. Ngumiti ang nars at sinabing maganda ang kanyang kondisyon sa ngayon.

Matagal din kaming nanatili sa ospital. Bago kami umalis, hinawakan ko ang kamay ni Aling Pasing. "Magpagaling po kayo," sabi ko. Ngumiti siya at tumango.

Nagpaalam din kami kay Miguel. Sinabi namin na babalik kami kapag may oras. Paglabas namin ng ospital, tahimik kaming naglakad ni Nanay. Pareho kaming nag-aalala, pero may pag-asa sa aming puso.

Sa araw na iyon, naisip ko kung gaano kahalaga ang kalusugan at ang pagmamahal ng pamilya at kapitbahay. Ang simpleng pagdalaw, pagdadala ng prutas, at pakikinig ay malaking tulong sa isang may sakit. Para sa akin, ang malasakit ay isang mahalagang bahagi ng buhay.

Exercises:

A. FILL IN THE BLANK

Miguel	Aling Pasing	ospital	potassium
prutas			

1. Nagkasakit si ____________.
2. Dinala siya sa ____________.
3. Bumaba ang ____________ ni Aling Pasing.
4. Nagdala sina Cora at Nanay Lorna ng ____________.
5. Si ____________ ang nagbabantay kay Aling Pasing.

B. WH- Questions

1. Sino ang dinalaw nina Cora at Nanay Lorna?
2. Saan naka-confine si Aling Pasing?
3. Sino ang kasama ni Cora sa pagdalaw?
4. Sino ang kumakamusta kay Aling Pasing sa ospital?
5. Ilang araw na sa ospital si Aling Pasing?

C. TRUE or FALSE

____________ 1. Tatlong araw nang nasa ospital si Aling Pasing.

____________ 2. Kasama sina Tatay Betong at Impay sa ospital.

____________ 3. May dextrose si Aling Pasing.

____________ 4. Maayos ang pag-aalaga sa ospital.

____________ 5. Nag-alala si Cora para kay Aling Pasing.

ANSWER KEY:

A. Fill in the blank

1. Aling Pasing
2. ospital
3. potassium
4. prutas
5. Miguel

B. WH- Questions

1. Aling Pasing
2. ospital
3. Nanay Lorna
4. nars
5. dalawa

C. True or False

1. False
2. False
3. True
4. True
5. True

Story 30: Pagbabalik ni Miguel sa Dubai

Nabalitaan kong maayos na ang kalagayan ni Aling Pasing. Nakauwi na raw siya mula sa ospital at nagpapahinga na sa kanilang bahay. Natuwa ako nang marinig ang balita. Matagal din kaming nag-alala para sa kanya, kaya nagpasya akong pumunta sa kanila upang kamustahin siya.

Naglakad ako papunta sa bahay nina Aling Pasing. Tahimik ang kalsada at presko ang hangin. Pagdating ko sa kanilang bakuran, nakita ko si Aling Pasing na nakaupo sa bangko. May hawak siyang tasa ng mainit na tsaa. Mukha siyang mas maayos kaysa noong huli ko siyang nakita sa ospital.

"Magandang hapon po, Aling Pasing," bati ko.

"Magandang hapon din, Cora," sagot niya nang may ngiti. "Salamat at dumalaw ka."

Umupo ako sa tabi niya at kinamusta ang kanyang pakiramdam. Sinabi niya na mas magaan na raw ang kanyang katawan. Wala na raw siyang hilo at mas malakas na siya ngayon. Araw-araw daw siyang umiinom ng gamot at sumusunod sa payo ng doktor. Kailangan din daw niyang magpahinga at kumain nang tama.

Habang nag-uusap kami, lumabas si Miguel mula sa loob ng bahay. Ngumiti siya at bumati sa akin. Umupo rin siya sa tabi namin. Napansin ko na tahimik siya at mukhang may iniisip.

"Miguel," tanong ko, "babalik ka na ba sa Dubai?"

"Oo," sagot niya. "Sa susunod na linggo na."

Sinabi ni Miguel na bago siya makabalik sa Dubai, kailangan muna niyang magpamedical. Naging interesado ako dahil hindi ko pa naranasan ang ganoong proseso. Tinanong ko siya kung ano ang ginagawa sa medical at kung bakit ito kailangan.

"Kailangan munang pumunta sa isang clinic," paliwanag ni Miguel. "Doon chine-check kung maayos ang kalusugan."

Ikinwento niya na maaga siyang pupunta sa clinic. Kailangan niyang magdala ng ID at mga dokumento. Pagdating doon, pipila raw siya at maghihintay ng tawag. May nars na kukuha ng kanyang impormasyon at magtatanong tungkol sa kanyang kalusugan.

Sinabi rin ni Miguel na sinusukat ang kanyang taas at timbang. Kinukuha rin ang kanyang blood pressure. Minsan ay kinukuhanan din siya ng dugo para sa pagsusuri. May x-ray din daw ng dibdib upang siguraduhin na maayos ang kanyang baga.

Habang nakikinig ako, marami akong natutunan. Sinabi ko kay Miguel na mukhang mahaba ang proseso. Tumango siya at sinabing medyo nakakapagod, pero kailangan gawin.

"Importante ang kalusugan," sabi ni Miguel. "Kailangan nilang siguraduhin na kaya kong magtrabaho sa Dubai."

Pagkatapos daw ng medical, maghihintay siya ng resulta. Kapag maayos ang lahat, bibigyan siya ng medical clearance. Kapag may problema, kailangan muna itong ayusin bago siya payagang bumalik sa trabaho.

Sumingit si Aling Pasing at sinabing mahalaga ang tamang pagkain at sapat na pahinga bago ang medical. Sinabi rin niya na ipinagdarasal niya ang magandang resulta para kay Miguel. Ngumiti si Miguel at nagpasalamat sa kanyang nanay.

Nagkwentuhan pa kami tungkol sa kalusugan, trabaho, at biyahe. Sinabi ko kay Miguel na sana ay maging maayos ang kanyang medical. Sinabi ko rin kay Aling Pasing na mag-ingat siya at huwag magmadali sa paggawa ng mabibigat na gawain.

Maya-maya, nagpaalam na ako dahil papalapit na ang gabi. Bago ako umalis, muli kong kinamusta si Aling Pasing at sinabi kong babalik ako kapag may oras. Nagpasalamat siya at ngumiti.

Habang naglalakad pauwi, naisip ko kung gaano kahalaga ang kalusugan. Para makapagtrabaho, makapagbiyahe, at makapiling ang pamilya, kailangan maayos ang katawan. Ang kwento ni Miguel tungkol sa medical ay nagbigay sa akin ng bagong kaalaman.

Exercises:

A. FILL IN THE BLANK

Aling Pasing	Dubai	ospital	clinic
clearance			

1. Dumalaw si Cora sa bahay ni ____________.
2. Nakauwi na si Aling Pasing mula sa ____________.
3. Babalik si Miguel sa ____________.
4. Kailangan munang magpamedical si Miguel sa isang ____________.
5. Bibigyan siya ng medical ____________ kapag maayos ang resulta.

B. WH- Questions

1. Sino ang dinalaw ni Cora?
2. Sino ang babalik sa Dubai?
3. Saan pumupunta si Miguel para sa medical?
4. Ano ang makukuha pagkatapos ng pagsusuri?
5. Kailan aalis si Miguel papuntang Dubai?

C. TRUE or FALSE

__________ 1. Masama pa rin ang pakiramdam ni Aling Pasing.

__________ 2. Kailangan ng medical bago bumalik si Miguel sa Dubai.

__________ 3. Sinusukat ang taas at timbang sa medical.

__________ 4. Hindi mahalaga ang pahinga at tamang pagkain.

__________ 5. May natutunan si Cora sa kwento ni Miguel.

ANSWER KEY:

A. Fill in the blank

1. Aling Pasing
2. ospital
3. Dubai
4. clinic
5. clearance

B. WH- Questions

1. Aling Pasing
2. Miguel
3. clinic
4. medical clearance
5. sa susunod na linggo

C. True or False

1. False
2. True
3. True
4. False
5. True

Story 31: Paghahanda para sa Bagyo

Isang gabi, sama-sama kaming nanonood ng balita sa telebisyon. Nasa sala kami ng aming bahay. Kasama ko sina Nanay Lorna, Tatay Betong, at ang kapatid kong si Impay. Tahimik kaming lahat at nakikinig sa balita.

Sa telebisyon, sinabi ng reporter na may paparating na bagyo malapit sa aming lugar. Ipinakita nila ang mapa at ang galaw ng bagyo. Sinabi rin nila na maaaring umulan nang malakas at may malakas na hangin. Nang marinig namin ang balita, nabahala kami pero iniwasan ang mataranta.

"Tahimik lang tayo," sabi ni Tatay. "Makinig tayo sa balita."

Tumango kaming lahat. Alam namin na mahalaga ang paghahanda kapag may bagyo. Ayaw naming magmadali at magulo. Gusto naming maging kalmado at maayos.

Agad naming naalala ang aming go bag. Ang go bag ay bag na may mga importanteng gamit para sa emergency. Inilalagay namin ito sa isang lugar na madaling kunin. Kinuha ni Nanay ang go bag at inilagay ito sa mesa sa sala.

Binuksan namin ang go bag at isa-isa naming tiningnan ang laman. May flashlight sa loob. May extra na baterya. May kandila at posporo. Mahalaga ang mga ito kapag nawalan ng kuryente. May radyo rin na maliit para makinig sa balita.

May mga bote ng tubig sa loob ng bag. Mahalaga ang tubig para sa pag-inom. May ilang pagkain din tulad ng biskwit at de-lata. Hindi ito madaling masira. May kutsara at maliit na plato rin.

Naglagay din kami ng first aid kit sa go bag. May gamot, benda, at alcohol. Mahalaga ang first aid kit kapag may nasugatan o may masamang pakiramdam. Sinabi ni Nanay na kailangan laging handa.

"Inayos ko na ito kanina," sabi ni Nanay. "Pero tingnan pa rin natin."

Nilagay ko rin ang ilang damit sa go bag. May t-shirt at shorts. Naglagay din ako ng tuwalya. Mahalaga ito para manatiling malinis at tuyo.

Si Impay ay tumulong din. Naglagay siya ng maliit na flashlight at isang bote ng tubig. "Para sa akin ito," sabi niya. Ngumiti kami at sinabi naming magaling siya.

Naglagay si Tatay ng ilang importanteng papeles sa isang plastik. May ID at ilang dokumento. Sinabi niya na mahalaga ang mga ito kapag may emergency.

Pagkatapos naming ayusin ang go bag, inilagay namin ito sa tabi ng pinto. Madali namin itong makukuha kung kailangan naming umalis ng bahay. Tumingin kami sa isa't isa at huminga nang malalim.

"Handa na tayo," sabi ko.

Pagkatapos, sinara namin ang mga bintana. Tiningnan namin ang bubong at ang paligid ng bahay. Sinigurado naming maayos ang mga gamit sa labas. Pumasok kami ulit sa sala at umupo.

Nanood pa rin kami ng balita. Sinabi ng reporter na manatiling ligtas at makinig sa mga anunsyo. Tahimik kaming nakinig. Kahit may kaunting kaba, mas kampante kami dahil handa na kami.

Lumapit si Impay sa akin. "Ate, okay lang ba?" tanong niya.

"Oo," sagot ko. "Handa tayo."

Mahalaga ang pagiging handa. Kapag may bagyo, kailangan ang pagkain, tubig, ilaw, at gamot. Ang go bag ay isang mahalagang bagay sa bawat tahanan.

Hindi namin alam kung gaano kalakas ang bagyo, pero alam naming handa kami. Para sa akin, ang paghahanda at pagiging kalmado ay mahalaga lalo na kapag may sakuna. Ang pamilya at pagtutulungan ang nagbibigay sa amin ng lakas at tiwala.

Exercises:

A. FILL IN THE BLANK

balita	go	tubig	bagyo
pinto			

1. Nanonood ang pamilya ni Cora ng ____________.
2. May paparating na ____________ sa kanilang lugar.
3. Kinuha nila ang kanilang ____________ bag.
4. May ____________ at pagkain sa loob ng bag.
5. Inilagay nila ang go bag sa tabi ng ____________.

B. WH- Questions

1. Sino ang nagsabi na maghanda sila?
2. Ano ang ginamit nila para sa emergency?
3. Ano ang inilagay para sa ilaw kapag brownout?
4. Sino ang tumulong maglagay ng gamit sa bag?
5. Ano ang pinanood nila sa telebisyon?

C. TRUE or FALSE

____________ 1. Nagpanic ang pamilya ni Cora.

____________ 2. May pagkain at tubig sa go bag.

____________ 3. Walang gamot sa kanilang bag.

____________ 4. Isinara nila ang mga bintana.

____________ 5. Mas kampante sila dahil handa na sila.

ANSWER KEY:

A. Fill in the blank

1. balita
2. bagyo
3. go
4. tubig
5. pinto

B. WH- Questions

1. Tatay Betong
2. go bag
3. flashlight, kandila, posporo
4. Impay
5. balita

C. True or False

1. False
2. True
3. False
4. True
5. True

Story 32: Pagtutulungan sa Blood Donation

May activity ang aming team sa bangko. Taon-taon ay may ganitong gawain ang aming opisina. Iba-iba ang activity bawat taon. Ngayong taon, ang napili naming activity ay blood donation. Layunin nito na makatulong sa mga taong nangangailangan ng dugo.

Nakipagtulungan ang aming bangko sa Philippine Red Cross. Sila ang nag-organisa ng blood donation. Ang venue ay nasa isang malaking hall malapit sa aming opisina. Maaga kaming dumating ng aking mga katrabaho. Gusto naming maging handa at maayos ang lahat.

Pagdating namin sa venue, nakita ko ang maraming tao. May mga empleyado mula sa bangko at may mga volunteer din. May mga mesa at upuan sa loob. Malinis at maliwanag ang lugar. May mga banner ng Philippine Red Cross sa paligid.

May mga doktor at nars sa venue. Nakasuot sila ng uniporme. May mga staff na tumutulong sa mga donor. May pila sa labas. Ang bawat gustong magbigay ng dugo ay kailangang pumila at maghintay ng tawag.

Ito ang unang beses ko na magdodonate ng dugo. Medyo kinakabahan ako, pero gusto kong tumulong. Lumapit ako sa isang mesa para mag-register. Hiningi ng staff ang aking pangalan at ID. Sinagot ko rin ang ilang tanong tungkol sa aking kalusugan.

Pagkatapos ng registration, pinaupo ako sa isang upuan. May nars na lumapit sa akin. Sinukat niya ang aking blood pressure. Tinanong niya kung kumain na ako at kung maayos ang aking pakiramdam. Sinabi ko na ayos lang ako.

Pagkatapos, pinapunta ako sa isang kama. May puting kumot at malinis ang paligid. Humiga ako at huminga nang malalim. Lumapit ang doktor at ipinaliwanag ang gagawin. Sinabi niya na sandali lang ang proseso at ligtas ito.

Nilinis ng nars ang aking braso. Gumamit siya ng alcohol. Pagkatapos, dahan-dahan niyang tinusok ang aking braso. Nakaramdam ako ng kaunting kirot, pero mabilis lang. Tumulo ang dugo papunta sa isang bag.

Habang nagdodonate ako, tumingin ako sa kisame at nag-isip. Naisip ko na ang dugong ito ay makakatulong sa ibang tao. Maraming pasyente ang nangangailangan ng dugo. Naramdaman ko ang saya at kaba sa parehong oras.

Pagkalipas ng ilang minuto, tapos na ang pagkuha ng dugo. Tinanggal ng nars ang karayom at nilagyan ng benda ang aking braso. Pinaupo muna ako sa isang upuan upang magpahinga.

Binigyan ako ng tubig at biskwit. Sinabi ng staff na mahalagang uminom at magpahinga pagkatapos magbigay ng dugo. Umupo ako at uminom ng tubig. Medyo nanghihina ako, pero ayos lang ang pakiramdam ko.

Tumingin ako sa paligid. Marami ring boluntaryo ang nagbibigay ng dugo. Ang iba ay unang beses din. Ang iba naman ay sanay na. May mga nars na palaging kumakamusta sa mga donor. Maayos at ligtas ang buong activity.

Lumapit sa akin si Vivian. "Okay ka lang?" tanong niya.

"Oo," sagot ko. "Masaya ako na nakatulong."

Pagkatapos ng activity, nagpasalamat ang aming supervisor sa lahat ng sumali. Sinabi niya na malaking tulong ang blood donation. Ipinagmamalaki niya ang aming team.

Bago kami umalis, tumingin ako sa aking braso. May benda pa rin ito. Sa araw na iyon, may bago akong karanasan. Ang unang blood donation ko ay naging makabuluhan.

Para sa akin, ang blood donation ay isang paraan ng pagtulong. Ito ay tungkol sa malasakit, kalusugan, at pagtutulungan. Masaya ako na naging bahagi ako ng aktibidad na ito.

Exercises:

A. FILL IN THE BLANK

<table>
<tr><td>bangko
blood</td><td>Red Cross</td><td>biskwit</td><td>nars</td></tr>
</table>

1. May activity ang team sa ____________.
2. Nakipagtulungan sila sa Philippine ____________.
3. Ang activity ay ____________ donation.
4. May mga doktor at ____________ sa venue.
5. Binigyan si Cora ng tubig at ____________ pagkatapos mag-donate.

B. WH- Questions

1. Sa anong grupo nakipagtulungan ang bangko nina Cora para sa kanilang aktibidad?
2. Sino ang kumuha ng impormasyon ni Cora?
3. Ano ang ginamit na panglinis sa braso ni Cora?
4. Saan inilalagay ang dugo galing sa donor?
5. Ano ang ibinibigay sa mga donors pagkatapos kuhanan ng dugo?

C. TRUE or FALSE

____________ 1. Taon-taon ay may activity ang bangko.

____________ 2. Hindi kinabahan si Cora sa blood donation.

____________ 3. Maayos at malinis ang venue.

____________ 4. Hindi pinayuhan si Cora na magpahinga.

____________ 5. Masaya si Cora na nakatulong siya.

ANSWER KEY:

A. Fill in the blank

1. bangko
2. Red Cross
3. blood
4. nars
5. biskwit

B. WH- Questions

1. Philippine Red Cross
2. nars
3. alcohol
4. bag
5. tubig at biskwit

C. True or False

1. True
2. False
3. True
4. False
5. True

Story 33: Ang Baguhang si Cora

Pagkatapos ng trabaho, lumapit sa akin si Vivian. Kita ko agad ang saya sa kanyang mukha. Sinabi niya na may bagong bukas na pickleball court sa bayan. Matagal na raw niya itong hinihintay dahil pickleball ang paborito niyang sport. Tuwing may libreng oras siya, naglalaro siya nito.

"Cora, may bagong pickleball court sa bayan," sabi ni Vivian.

"Talaga?" sagot ko. "Hindi ko pa alam ang pickleball."

Ipinaliwanag ni Vivian na ang pickleball ay isang sport na may racket at maliit na bola. May net sa gitna ng court. Medyo kahawig daw ito ng tennis, pero mas maliit ang court at mas madali ang laro. Sinabi rin niya na may gaganaping tournament sa bagong court. Ang maganda raw ay puwedeng sumali ang lahat, kahit baguhan.

Nang marinig ko iyon, nag-alangan ako. Hindi ako sanay sa sports. Mas madalas akong magbasa o magpahinga tuwing walang pasok. Sinabi ko kay Vivian na baka hindi ako marunong at baka mapahiya ako. Ngumiti lang siya at tumawa.

"Huwag kang mag-alala," sabi niya. "May beginner level naman. Masaya lang ito."

Dahil gusto ko ring makaranas ng bagong bagay, pumayag ako. Naisip ko na magandang subukan ang pickleball kahit isang beses lang. Gusto kong malaman kung kaya ko.

Dumating ang Sabado. Maaga kaming nagkita ni Vivian at sabay kaming pumunta sa pickleball court. Malinis at maayos ang lugar. May net sa gitna at may guhit sa sahig. May ilang tao na nagpa-practice rin. Ang iba ay bata, ang iba ay matanda.

Binigyan ako ni Vivian ng racket at bola. Tinuruan niya ako kung paano humawak ng racket. Tinuruan din niya ako kung paano ihampas ang bola sa kabilang bahagi ng net. Mabagal lang ang aming practice. Paulit-ulit naming ginawa ang mga basic na galaw.

Sa una, nahihirapan ako. Minsan, hindi ko natatamaan ang bola. Minsan naman, masyadong malakas ang palo ko. Pero hindi ako sumuko. Mabait si Vivian at paulit-ulit niya akong tinuruan. Sinabi niya na normal lang ang magkamali sa umpisa.

Pagkalipas ng ilang oras, napansin ko na mas maayos na ang laro ko. Mas madalas ko nang natatamaan ang bola. Nakakatawid na ito sa net. Natuwa ako sa sarili ko. Ngumiti si Vivian at sinabi na mabilis akong natututo.

"Magaling ka, Cora," sabi niya.

"Masaya pala ang pickleball," sagot ko.

Pagkatapos ng practice, umupo kami sa gilid ng court at uminom ng tubig. Pagod ang katawan ko, pero masaya ang pakiramdam ko. Sinabi ni Vivian na sa susunod na linggo raw magsisimula ang tournament. May iba't ibang level. May beginner level at may mas mataas na level.

Sinabi ni Vivian na sasali siya sa mas mataas na level dahil matagal na niyang nilalaro ang pickleball. Ako naman ay sasali sa beginner level. Medyo kinakabahan ako, pero excited din.

Dumating ang araw ng tournament. Maraming tao sa court. May mga manlalaro at may mga nanonood. May announcer at may listahan ng mga pangalan. Hawak ko ang aking racket at huminga ako nang malalim.

Tinawag ang mga manlalaro sa beginner level. Isa ako sa kanila. Pumasok ako sa court at nagsimulang maglaro. Ginawa ko ang lahat ng natutunan ko sa practice. Hindi ako nanalo sa lahat ng laban, pero natapos ko ang laro nang maayos.

Si Vivian naman ay naglaro sa kanyang level. Magaling siya at sanay na sanay. Nanood ako ng ilan sa kanyang laro at humanga ako sa kanya.

Pagkatapos ng tournament, nagkita kami ni Vivian. Ngumiti siya at sinabing proud siya sa akin. Ngumiti rin ako at nagpasalamat.

Sa araw na iyon, natutunan ko na hindi kailangang maging eksperto para mag-enjoy sa sports. Kahit baguhan, puwedeng sumali at matuto. Ang pickleball ay isang bagong karanasan para sa akin, at masaya akong sinubukan ito.

Exercises:

A. FILL IN THE BLANK

net   bola   racket   pickleball
beginner

1. Tinuruan ni Vivian si Cora kung paano ihampas ang bola sa kabilang bahagi ng __________.
2. Ang paboritong sport ni Vivian ay ____________.
3. Ginagamit sa laro ang racket at ____________.
4. Sumali si Cora sa ____________ level.
5. Hawak ni Cora ang kanyang ____________ sa tournament.

B. WH- Questions

1. Sino ang nagyaya kay Cora maglaro?
2. Anong sport ang sinubukan ni Cora?
3. Saan ginanap ang tournament?
4. Sino ang mas sanay sa pickleball?
5. Ano ang ginamit sa paglalaro?

C. TRUE or FALSE

__________ 1. Matagal nang naglalaro ng pickleball si Cora.

__________ 2. May beginner level sa tournament.

__________ 3. Nag-practice muna sina Cora at Vivian.

__________ 4. Hindi natuwa si Cora sa laro.

__________ 5. Proud si Vivian kay Cora.

ANSWER KEY:

A. Fill in the blank

1. net
2. pickleball
3. bola
4. beginner
5. racket

B. WH- Questions

1. Vivian
2. pickleball
3. bagong court
4. Vivian
5. racket at bola

C. True or False

1. False
2. True
3. True
4. False
5. True

Story 34: Magarbong Gabi nina Cora

Isang araw sa opisina, may magandang balita ang aming supervisor. Sinabi niya na gaganapin ang aming gala night sa darating na Biyernes. Lahat ng empleyado ay puwedeng dumalo. Nang marinig namin ang balita, natuwa ang lahat. Maraming ngumiti at nagpalakpakan. Ang gala night ay isang espesyal na gabi para sa aming team.

Pagkatapos ng anunsyo, naging abala ang lahat. Pinag-usapan namin kung ano ang aming isusuot. Ang iba ay may damit na. Ang iba naman ay maghahanap pa. Ako at si Vivian ay nag-usap tungkol dito. Pareho kaming excited pero nag-iisip din.

"Wala pa akong gown," sabi ni Vivian.

"Ako rin," sagot ko. "Mahal bumili ng bago."

Napagdesisyunan naming pumunta sa palengke. Doon kasi may mga rentahan ng gown. Mas mura ang magrenta kaysa bumili ng bago. Pagkatapos ng trabaho, sabay kaming nagpunta ni Vivian sa palengke.

Pagdating namin sa palengke, maraming tao. May mga tindahan ng damit, sapatos, at bag. May mga ilaw at maingay ang paligid. Naglakad kami papunta sa bahagi kung saan may mga rentahan ng gown. Maraming nakasabit na damit. Iba-iba ang kulay at disenyo.

Tumingin-tingin kami ng mga gown. May mahaba at may maikli. May pula, asul, itim, at puti. Hinawakan namin ang tela. Sinukat namin ang ilang gown. Ang iba ay masyadong mahaba. Ang iba naman ay masikip.

"Maganda ito," sabi ni Vivian habang nakaharap sa salamin.

"Oo," sagot ko. "Bagay sa'yo."

Ako naman ay nakahanap din ng gown na simple pero elegante. Kulay asul ito at sakto ang haba. Sinukat ko ito at tumingin sa salamin. Ngumiti ako. Kumportable ako sa suot ko.

Tinanong namin ang may-ari ng tindahan tungkol sa renta. Mura lang ang bayad at puwede naming hiramin hanggang sa matapos ang gala night.

Pumayag kami agad. Masaya kaming nakahanap ng magandang gown na hindi mahal.

Pagkatapos, bumili rin kami ng simpleng sapatos at ilang palamuti. Hindi na kami nagtagal dahil pagod na kami. Umuwi kaming masaya at excited para sa Biyernes.

Dumating ang araw ng gala night. Biyernes ng gabi iyon. Nag-ayos ako sa bahay. Naligo ako at nagsuklay ng buhok. Isinuot ko ang aking gown. Simple lang ang aking ayos.

Ang gala night ay ginanap sa isang sikat na hotel sa aming probinsya. Pagdating namin, namangha kami. Napakaganda ng paligid. Maliwanag ang mga ilaw. May pulang carpet sa harap. May mga halaman at dekorasyon.

Pagpasok namin sa hotel, malamig at maliwanag sa loob. May malaking hall kung saan ginaganap ang gala night. Maraming tao ang naka-formal na damit. Ang iba ay naka-gown. Ang iba naman ay naka-coat at polo.

Nakakita kami ng mga kaopisina. Nagbatian kami at nagkwentuhan. May musika sa loob. May mesa at upuan. May pagkain at inumin. Tahimik pero masaya ang paligid.

Umupo kami ni Vivian at nagmasid. Tumingin ako sa paligid at ngumiti. Masaya ako na nakasama ako sa espesyal na gabing iyon. Hindi araw-araw ay may gala night.

Habang tumatagal ang gabi, mas naging masaya ang programa. May konting sayawan at kuwentuhan. Tumawa kami at nagsaya. Nakalimutan namin ang pagod sa trabaho.

Pagkatapos ng gala night, lumabas kami ng hotel. Tahimik na ang paligid. Huminga ako nang malalim at ngumiti.

Para sa akin, ang gala night ay hindi lang tungkol sa magarbong damit. Ito ay tungkol sa samahan, saya, at bagong alaala. Masaya ako na naranasan ko ito kasama si Vivian at ang aming team.

Exercises:

A. FILL IN THE BLANK

<table>
<tr><td>hotel</td><td>palengke</td><td>renta</td><td>gown</td></tr>
<tr><td colspan="4">sapatos</td></tr>
</table>

1. Gaganapin ang gala night sa ____________.
2. Pumunta sina Cora at Vivian sa ____________ para maghanap ng gown.
3. Mas mura ang ____________ kaysa bumili ng bago.
4. Isinuot ni Cora ang kanyang ____________ sa gabi ng gala.
5. Bumili rin sila ng ____________ at palamuti.

B. WH- Questions

1. Sino ang kasama ni Cora sa paghahanap ng gown?
2. Saan sila naghanap ng isusuot?
3. Ano ang kulay ng gown ni Cora?
4. Kailan ginanap ang gala night?
5. Saan ginanap ang event?

C. TRUE or FALSE

____________ 1. Natuwa ang mga empleyado sa balita ng gala night.

____________ 2. Bumili agad sina Cora at Vivian ng bagong gown.

____________ 3. Maraming ilaw at dekorasyon sa hotel.

____________ 4. Tahimik at walang saya ang gala night.

____________ 5. Masaya si Cora sa kanyang karanasan.

ANSWER KEY:

A. Fill in the blank

1. hotel
2. palengke
3. renta
4. gown
5. sapatos

B. WH- Questions

1. Vivian
2. palengke
3. asul
4. Biyernes
5. hotel

C. True or False

1. True
2. False
3. True
4. False
5. True

Story 35: Bakasyon na Hindi Malilimutan

Malapit na ang katapusan ng taon. Isang araw sa opisina, sinabi ng aming supervisor na matatanggap na namin ang aming bonus. Ito ay ang 13th month pay. Nang marinig ko iyon, natuwa ako. Malaking tulong ang bonus, lalo na para sa pamilya.

Pag-uwi ko ng bahay, naisip ko kung ano ang gagawin ko sa aking bonus. Ayaw kong gastusin lang ito sa mga simpleng bagay. Gusto kong gumawa ng plano na hindi namin makakalimutan. Gusto kong may masayang alaala ang aking pamilya.

Matagal akong nag-isip. Isang gabi, habang gumagamit ako ng cellphone, may nakita akong promo. Murang tiket papuntang Boracay. Kilala ang Boracay sa puting buhangin at malinaw na dagat. Nang makita ko iyon, bigla akong napangiti. Naisip ko, "Ito na ang tamang lugar."

Agad akong nagdesisyon. Bumili ako ng apat na tiket. Ang mga tiket ay para sa akin, kay Nanay Lorna, kay Tatay Betong, at kay Impay. Bakasyon din sa eskwelahan si Impay, kaya sakto ang oras. Hindi ko agad sinabi sa kanila. Gusto ko itong gawing sorpresa.

Nang sabihin ko sa pamilya ang plano, hindi sila makapaniwala. Natuwa si Nanay at napangiti. Si Tatay ay tahimik muna, pero halata ang saya sa kanyang mukha. Si Impay naman ay tumalon sa tuwa.

"Boracay?" tanong ni Impay. "Sasakay tayo ng eroplano?"

"Oo," sagot ko. "Unang beses natin."

Nakisuyo si Tatay kay Mang Tonyo na bisitahin muna ang bukid habang wala kami. Pumayag si Mang Tonyo at sinabing aalagaan niya ang kalabaw at ang tanim. Naging kampante si Tatay dahil alam niyang nasa mabuting kamay ang bukid.

Dumating ang araw ng alis. Maaga kaming gumising. May dala kaming mga bag at damit. Medyo kinakabahan ako dahil unang beses naming sasakay ng eroplano. Naalala ko ang kwento ni Miguel noon tungkol sa kanyang unang lipad papuntang Dubai. Ngayon, kami naman ang sasakay.

Pagdating namin sa airport, namangha kami. Malaki ang lugar at maraming tao. May mga pila at may mga upuan. Tinulungan ko ang aking pamilya sa check-in. Nang pumasok kami sa eroplano, umupo kami sa aming mga upuan. Tumabi si Impay sa bintana.

Nang lumipad ang eroplano, humawak si Impay sa aking kamay. "Ate, lumilipad na tayo," sabi niya. Ngumiti ako kahit may kaba. Tumingin ako sa labas at nakita ko ang ulap. Para akong nananaginip.

Pagdating namin sa Boracay, ramdam namin agad ang preskong hangin. Sumakay kami ng sasakyan papunta sa aming tinuluyan. Nang makita namin ang dagat, napanganga kami. Puting-puti ang buhangin at malinaw ang tubig.

Naglakad kami sa tabing-dagat. Tinanggal ni Impay ang kanyang tsinelas at naglaro sa buhangin. Si Nanay ay tahimik na nakatingin sa dagat. Si Tatay ay ngumiti at huminga nang malalim.

Kinabukasan, naligo kami sa dagat. Malamig at presko ang tubig. Nag-enjoy kami at nagtawanan. Kumain kami ng masarap na pagkain at kumuha ng mga litrato. Simple lang ang aming bakasyon, pero masaya.

Sa gabing iyon, umupo kami sa buhangin at pinanood ang paglubog ng araw. Tahimik kaming lahat. Ramdam ko ang pasasalamat sa aking puso.

Para sa akin, ang bonus ay hindi lang pera. Ito ay pagkakataon para magbigay ng saya sa pamilya. Ang unang lipad namin at ang bakasyon sa Boracay ay alaala na hinding-hindi namin makakalimutan.

Exercises:

A. FILL IN THE BLANK

| Mang Tonyo | eroplano | tiket | Boracay |
| bonus | | | |

1. Nakatanggap si Cora ng ____________ pay.
2. Nakakita siya ng promo papuntang ____________.
3. Bumili siya ng apat na ____________.
4. Unang beses nilang sasakay ng ____________.
5. Ang bukid ay ipinaalala kay ____________.

B. WH- Questions

1. Ilan ang biniling tiket ni Cora?
2. Saan sila nagbakasyon?
3. Sino ang kasama ni Cora sa biyahe?
4. Ano ang sinakyan nila papunta sa Boracay?
5. Sino ang binanggit ni Cora na nagkwento tungkol sa eroplano noon?

C. TRUE or FALSE

__________ 1. Ginamit ni Cora ang bonus para sa bakasyon.

__________ 2. May pasok pa si Impay sa eskwela.

__________ 3. Unang beses sumakay ng eroplano ang pamilya.

__________ 4. Madilim at marumi ang dagat sa Boracay.

__________ 5. Masaya ang pamilya sa kanilang biyahe.

ANSWER KEY:

A. Fill in the blank

1. bonus
2. Boracay
3. tiket
4. eroplano
5. Mang Tonyo

B. WH- Questions

1. apat
2. Boracay
3. Nanay Lorna, Tatay Betong, Impay
4. eroplano
5. Miguel

C. True or False

1. True
2. False
3. True
4. False
5. True

Story 36: Matalik na Magkaibigan

Habang nagpapahinga ako sa bahay, biglang tumunog ang aking cellphone. May pumasok na bagong mensahe. Tiningnan ko ang aking cellphone at nakita ko ang pangalan ng nagpadala. Hindi ko siya kilala.

Binuksan ko ang mensahe. Sinabi niya na siya raw ay kaibigan ni Nanay Lorna. Ang pangalan niya ay Tita Sally. Nasa Saudi raw siya ngayon. Natuwa ako pero nagtaka rin ako. Tinanong ko siya kung paano niya ako nakita.

Sumagot siya agad. Sinabi niya na nakita raw niya ang mga larawan namin sa Boracay sa social media. May nag-share daw ng larawan at nakita niya si Nanay Lorna. Doon niya naisip na kami ang pamilya ng kanyang kaibigan.

Agad kong sinabi ang balita kay Nanay Lorna. Ipinakita ko sa kanya ang mensahe sa aking cellphone. Nang makita niya ang pangalan, bigla siyang napangiti.

"Ay, si Sally ito!" sabi ni Nanay. "Kaibigan ko ito noong high school!"

Halata ang tuwa ni Nanay Lorna. Matagal na raw silang hindi nagkakausap. Huling balita niya ay nagtatrabaho raw si Tita Sally sa Saudi bilang OFW. Sinabi ni Nanay na matagal na niyang gustong makausap muli ang kanyang kaibigan.

Pinahiram ko ang aking cellphone kay Nanay Lorna. Sinabi ko na puwede silang mag-video call. Natuwa siya at agad na tumango. Tinawagan ko si Tita Sally gamit ang video call.

Pagkatapos ng ilang segundo, lumabas ang mukha ni Tita Sally sa screen. Nakangiti siya. May suot siyang salamin at mukhang masaya.

"Lorna!" sabi ni Tita Sally.

"Sally!" sagot ni Nanay Lorna.

Sabay silang tumawa. Halata ang saya nilang dalawa. Matagal na raw nilang hindi nakita ang isa't isa. Nagkamustahan sila. Tinanong ni Nanay kung kumusta ang buhay ni Tita Sally sa Saudi. Sinabi ni Tita Sally na maayos naman ang kanyang trabaho, pero nami-miss niya ang Pilipinas.

Ikinwento ni Tita Sally na nakita niya ang mga larawan namin sa Boracay. Sinabi niya na ang saya raw naming tingnan bilang pamilya. Sinabi rin niya na miss na miss niya ang dagat at ang bakasyon sa Pilipinas.

Ikinwento naman ni Nanay Lorna ang aming pamilya. Sinabi niya na nagtatrabaho ako sa bangko. Ikinwento rin niya si Tatay Betong at ang trabaho niya sa bukid. Binanggit din niya si Impay at ang pag-aaral nito.

"Malaki na pala ang mga anak mo," sabi ni Tita Sally.

"Oo," sagot ni Nanay. "Mabilis ang panahon."

Napag-usapan din nila ang kanilang mga alaala. Naalala nila ang kanilang mga kaklase, guro, at mga dating karanasan. Tumawa sila habang nagkukwento. May mga pangalan na binanggit at mga lumang alaala na binalikan.

Habang nag-uusap sila, nakikinig lang ako. Masaya akong makita si Nanay Lorna na masaya. Matagal na rin siyang hindi nakakausap ng kaibigan mula sa kanyang kabataan.

Bago matapos ang tawag, nagpasalamat si Tita Sally sa akin. Sinabi niya na salamat daw sa pagpapahiram ng cellphone. Ngumiti ako at sinabi na walang anuman.

Nagpaalam silang dalawa sa isa't isa. Nang matapos ang video call, napabuntong-hininga si Nanay Lorna. Nakangiti pa rin siya.

"Masaya ako," sabi niya. "Salamat, Cora."

Ngumiti ako at niyakap siya. Sa gabing iyon, naisip ko na mahalaga ang komunikasyon. Kahit malayo ang isang tao, puwede pa ring mag-usap. Ang simpleng mensahe at video call ay nakakapagbigay ng saya at alaala.

Para sa akin, ang kwento nina Nanay Lorna at Tita Sally ay patunay na ang pagkakaibigan ay hindi nawawala, kahit lumipas ang maraming taon at kahit malayo ang distansya.

Exercises:

A. FILL IN THE BLANK

cellphone	Boracay	mensahe
Saudi	Sally	

1. May natanggap na ______________ si Cora sa kanyang cellphone.
2. Ang kaibigan ni Nanay Lorna ay si Tita ____________.
3. Nakatira si Tita Sally sa ____________.
4. Pinahiram ni Cora ang kanyang ____________ kay Nanay Lorna.
5. Nakita ni Tita Sally ang mga larawan sa ____________.

B. WH- Questions

1. Saan nakita ni Tita Sally ang mga larawan sa Boracay?
2. Sino ang kaibigan ni Nanay Lorna noong high school?
3. Saan nagtatrabaho si Tita Sally?
4. Ano ang ginamit nila para mag-usap?
5. Ano ang nabanggit ni Tita Sally na namimiss niya sa Pilipinas?

C. TRUE or FALSE

____________ 1. Hindi kilala ni Cora si Tita Sally noong una.

____________ 2. Masama ang pakiramdam ni Nanay Lorna sa tawag.

____________ 3. Nag-video call sina Nanay Lorna at Tita Sally.

____________ 4. Hindi natuwa si Nanay Lorna sa tawag.

____________ 5. Mahalaga ang komunikasyon kahit malayo ang isang tao.

ANSWER KEY:

A. Fill in the blank

1. mensahe
2. Sally
3. Saudi
4. cellphone
5. Boracay

B. WH- Questions

1. social media
2. Tita Sally
3. Saudi
4. cellphone
5. dagat at bakasyon

C. True or False

1. True
2. False
3. True
4. False
5. True

Story 37: Pagbabalik ng Masayang Alaala

Lumapit sa akin ang kapatid kong si Impay. May hawak siyang papel. Mukha siyang excited habang inaabot ito sa akin.

"Ate, may ibinigay po ang guro ko," sabi ni Impay.

"Kaninong imbitasyon ito?" tanong ko.

Kinuha ko ang papel at binasa ko ito. Isa pala itong imbitasyon. Reunion ito ng aming batch noong elementarya. Gaganapin ang reunion sa darating na Sabado sa aming dating paaralan. Nang mabasa ko ang imbitasyon, bigla akong napangiti.

Matagal na rin mula nang huli kong makita ang aking mga kaklase noong elementarya. Marami na ang nagbago. May kanya-kanya na kaming buhay at trabaho. Ang iba ay may pamilya na rin. Naisip ko na masaya sigurong makita silang muli.

Umupo ako sa sala at muling binasa ang imbitasyon. Nakasulat doon ang oras at lugar ng reunion. Libre raw ang pagpasok at may munting salu-salo pagkatapos ng programa. Mas lalo akong na-excite.

Naalala ko bigla si Miguel. Magkaklase kami noong elementarya. Kinuha ko ang aking cellphone at nag-message ako sa kanya.

"Miguel, may reunion ang batch natin noong elementarya," sabi ko sa mensahe.

"Sayang," sagot niya. "Hindi na ako umabot."

Nalungkot ako nang kaunti, pero naintindihan ko siya. Marami na rin kaming responsibilidad ngayon. Sinabi ko na lang sa kanya na ikukwento ko ang mangyayari sa reunion.

Dumating ang Sabado. Maaga akong gumising. Nag-ayos ako ng aking damit. Simple lang ang aking suot, pero malinis at maayos. Sinabihan ko si Nanay Lorna na pupunta ako sa reunion. Ngumiti siya at sinabing mag-enjoy daw ako.

Pagdating ko sa paaralan, maraming tao na roon. Nakita ko ang mga dating kaklase ko. Ang iba ay agad kong nakilala. Ang iba naman ay nagbago na ang itsura. May nagngitian at may nagyakapan.

"Cora!" may tumawag sa akin.

"Kamusta ka na?" tanong ng isa kong kaklase.

Nagkwentuhan kami tungkol sa aming mga buhay ngayon. May nagtatrabaho sa opisina. May nasa ibang bansa. May sariling negosyo. Masaya akong makinig sa kanilang mga kwento.

Maya-maya, nagsimula na ang programa. May munting programa sa harap ng paaralan. Isa-isang tinawag ang mga dating guro. Nang makita ko ang aking mga guro, natuwa ako. Ang ilan sa kanila ay guro pa rin sa paaralan.

Mas lalo akong nagulat nang makita ko ang isa kong dating guro. Siya pala ang guro ni Impay ngayon. Siya si Ma'am Tess. Lumapit ako sa kanya at nagmano.

"Ma'am Tess, ako po si Cora," sabi ko.

"Ang laki mo na, Cora," sabi niya. "Ikaw na ang ate ni Impay."

Ngumiti ako at sinabi kong natutuwa akong makita siya muli. Sinabi rin niya na mabait at masipag daw si Impay sa klase. Lalo akong natuwa nang marinig iyon.

Pagkatapos ng programa, may simpleng salu-salo. May pagkain at inumin. Umupo kami ng aking mga kaklase at nagpatuloy sa kwentuhan. Pinag-usapan namin ang aming mga alaala noong bata pa kami. Natawa kami sa mga kwentong nakakatuwa at simpleng kalokohan noon.

Habang pauwi ako, dala ko ang saya at alaala ng reunion. Naalala ko ang aking kabataan at ang mga taong naging bahagi ng aking buhay. Kahit matagal na ang lumipas, masaya pa ring balikan ang mga alaala.

Para sa akin, ang reunion ay hindi lang tungkol sa pagkikita muli. Ito ay tungkol sa pasasalamat sa nakaraan at sa mga taong tumulong sa amin na maging kung sino kami ngayon.

Exercises:

A. FILL IN THE BLANK

imbitasyon	Miguel	kaklase
salu-salo	paaralan	

1. May dala si Impay na ______________ para kay Cora.
2. Ang reunion ay gaganapin sa ____________.
3. Nag-message si Cora kay ____________.
4. Nakita ni Cora ang kanyang dating ___________.
5. May simpleng ___________ pagkatapos ng programa.

B. WH- Questions

1. Sino ang nagdala ng imbitasyon?
2. Sino ang hindi nakapunta ng reunion?
3. Saan ginanap ang reunion?
4. Sino ang guro ni Impay ngayon?
5. Anong araw gaganapin ang reunion?

C. TRUE or FALSE

__________ 1. Si Impay ang nagbigay ng imbitasyon kay Cora.

__________ 2. Linggo ginanap ang reunion.

__________ 3. Nakita ni Cora ang dati niyang mga guro.

__________ 4. Walang pagkain sa reunion.

__________ 5. Masaya si Cora sa kanyang karanasan.

ANSWER KEY:

A. Fill in the blank

1. imbitasyon
2. paaralan
3. Miguel
4. kaklase
5. salu-salo

B. WH- Questions

1. Impay
2. Miguel
3. paaralan
4. Ma'am Tess
5. Sabado

C. True or False

1. True
2. False
3. True
4. False
5. True

Story 38: Isang Espesyal na Pagbisita

Maaga akong nagising. Tahimik pa ang bahay. Habang nag-aayos ako ng kama, narinig ko ang tunog ng cellphone ko. May bagong mensahe. Tiningnan ko ito at nakita ko ang pangalan ng nag-message. Siya ay si Tita Myrna, kapatid ni Nanay Lorna.

Sa mensahe, sinabi ni Tita Myrna na bibisita raw siya sa amin ngayong araw. May dadaanan daw siyang trabaho sa bayan at gusto niyang makita ang aming pamilya. Nang mabasa ko ang mensahe, natuwa ako. Matagal na rin kaming hindi nagkikita.

Agad kong sinabi ang balita kay Nanay Lorna. Natuwa rin siya. Sinabi niya na kailangan naming maghanda dahil espesyal ang pagbisita. Sinabi rin niya na magluluto siya ng masarap na pagkain para sa tanghalian.

Pagkatapos ng almusal, nagsimula kaming maglinis ng bahay. Winalis ko ang sala. Pinunasan ko ang mesa at mga upuan. Si Impay naman ay nag-ayos ng kanyang mga gamit. Tinuruan siya ni Nanay na iligpit ang kanyang mga libro at laruan. Si Tatay Betong ay naglinis sa bakuran.

Habang naglilinis kami, nag-usap-usap kami tungkol sa pagbisita ni Tita Myrna. Si Impay ay excited. Tinanong niya kung may pasalubong daw ba si Tita. Natawa kami at sinabi naming mas mahalaga ang pagbisita kaysa sa pasalubong.

Sa kusina, nagsimulang magluto si Nanay Lorna. Nagluto siya ng adobo at sinigang. May kanin sa kaldero at may prutas sa mesa. Tinulungan ko si Nanay sa paghahanda. Naghiwa ako ng gulay at nag-ayos ng plato. Amoy na amoy ang masarap na pagkain sa buong bahay.

Maya-maya, may narinig kaming katok sa pinto. Lumabas ako at nakita ko si Tita Myrna. May dala siyang bag at ngiti sa mukha. Binati ko siya at pumasok siya sa bahay.

"Magandang umaga, Cora," sabi niya.

"Magandang umaga rin po, Tita," sagot ko.

Lumabas si Nanay Lorna at nagyakapan sila ni Tita Myrna. Halata ang saya nilang dalawa. Matagal din silang hindi nagkita. Binati rin ni Tita si Tatay at si Impay. Umupo kami sa sala at nagkwentuhan.

Ikinwento ni Tita Myrna ang kanyang trabaho at buhay. Ikinwento naman ni Nanay ang aming pamilya. Si Impay ay nagkwento tungkol sa kanyang paaralan. Tahimik lang si Tatay at nakikinig.

Nang handa na ang pagkain, kumain kami ng tanghalian. Sabay-sabay kaming kumain sa mesa. Masaya ang kwentuhan. May tawanan at simpleng kwento. Masarap ang pagkain at mas masarap ang samahan.

Pagkatapos kumain, nagligpit kami ng mesa. Pinunasan ko ang mesa at hinugasan ang mga plato. Si Impay ay tumulong din. Si Tita Myrna ay nagpasalamat sa masarap na pagkain.

Pagdating ng hapon, uminom kami ng kape sa sala. Tahimik ang paligid. Nagkwentuhan pa kami tungkol sa mga alaala noong bata pa sina Nanay at Tita Myrna. Natawa kami sa kanilang mga kwento.

Maya-maya, nagpaalam na si Tita Myrna. May kailangan pa siyang puntahan. Bago siya umalis, nagpasalamat siya sa aming lahat. Sinabi niya na masaya siya sa aming pag-uusap.

Pagkatapos ng kanyang pag-alis, tahimik ulit ang bahay. Umupo ako sa sala at napangiti. Para sa akin, ang isang espesyal na pagbisita ay hindi kailangan ng magarbong handa. Ang mahalaga ay ang oras, kwentuhan, at pagmamahalan ng pamilya.

Exercises:

A. FILL IN THE BLANK

Myrna	cellphone	bahay	mesa
adobo			

1. Ang bumisita sa pamilya ni Cora ay si Tita ____________.
2. Nakatanggap si Cora ng mensahe sa kanyang ____________.
3. Naglinis sila ng ____________ bago dumating ang bisita.
4. Nagluto si Nanay Lorna ng ____________ at sinigang.
5. Sabay-sabay silang kumain sa ____________.

B. WH- Questions

1. Sino ang bumisita sa pamilya ni Cora?
2. Sino ang nagluto ng pagkain?
3. Saan sila nagkwentuhan pagkatapos kumain?
4. Ano ang dalang gamit ni Tita Myrna?
5. Ano ang ininom nila sa hapon?

C. TRUE or FALSE

________ 1. Kapatid ni Nanay Lorna si Tita Myrna.

________ 2. Hindi naglinis ng bahay ang pamilya.

________ 3. Sabay-sabay silang kumain ng tanghalian.

________ 4. Hindi tumulong si Impay sa bahay.

________ 5. Masaya ang pamilya sa pagbisita.

ANSWER KEY:

A. Fill in the blank

1. Myrna
2. cellphone
3. bahay
4. adobo
5. mesa

B. WH- Questions

1. Tita Myrna
2. Nanay Lorna
3. sala
4. bag
5. kape

C. True or False

1. True
2. False
3. True
4. False
5. True

Story 39: Kakaibang Araw ni Cora

Nagising ako nang mas huli kaysa sa karaniwan. Karaniwan ay alas-singko pa lang ay gising na ako, pero sa araw na iyon, alas-siyete na nang magising ako. Pagmulat ko ng mata, agad kong tiningnan ang orasan. Nagulat ako at agad na bumangon.

Tahimik ang bahay. Wala akong naririnig na tunog mula sa kusina. Lumabas ako ng kwarto at nakita ko si Nanay Lorna na nakaupo sa sala. May hawak siyang tasa ng kape. Nakangiti siya.

"Nanay, bakit hindi mo ako ginising?" tanong ko.

"Wala kang pasok ngayon," sagot niya. "Holiday."

Napahinga ako nang malalim. Nakalimutan ko pala na holiday ngayon. Walang pasok sa bangko. Kaya pala tahimik ang umaga at wala ring nagmamadali sa bahay. Iba ang pakiramdam ko dahil sanay akong pumasok sa trabaho araw-araw.

Nagpunta ako sa banyo at naghilamos. Pagkatapos, nagsipilyo ako ng ngipin. Hindi ako nagmamadali. Mabagal ang galaw ko. Paglabas ko ng banyo, naamoy ko ang nilulutong almusal ni Nanay.

Sa kusina, may sinangag at itlog sa mesa. May mainit na kape rin. Umupo ako at sabay kaming kumain ni Nanay. Maya-maya, dumating si Tatay Betong galing sa bakuran. Umupo rin siya at kumain.

Si Impay naman ay nasa kwarto pa rin. Wala rin siyang pasok sa eskwela dahil holiday. Tinawag ko siya at lumabas siya ng kwarto. Mukha siyang bagong gising. Umupo siya sa mesa at nagsimulang kumain.

Habang kumakain kami, nagkwentuhan kami. Walang usapan tungkol sa trabaho o eskwela. Simple lang ang aming kwento. Tahimik at payapa ang umaga.

Pagkatapos ng almusal, nagligpit kami ng mesa. Hinugasan ko ang mga plato. Si Impay ay nagpunas ng mesa. Si Tatay ay bumalik sa bakuran. Si Nanay naman ay naglinis ng kusina.

Dahil wala akong pasok, nagpasya akong magpahinga. Umupo ako sa sala at nanood ng telebisyon. May palabas tungkol sa balita at may palabas din na drama. Hindi ako sanay na manood sa oras na iyon kaya medyo kakaiba ang pakiramdam.

Maya-maya, lumabas ako ng bahay at naglakad-lakad sa paligid. Tahimik ang kalsada. Kaunti lang ang dumadaan. May ilang bata na naglalaro. May mga kapitbahay na nag-uusap sa labas ng bahay.

Pagbalik ko sa bahay, naghanda na si Nanay ng tanghalian. Simple lang ang ulam. May gulay at isda. Sabay-sabay kaming kumain. Pagkatapos, nagpahinga kami sandali. Si Tatay ay natulog sa kwarto. Si Impay ay naglaro. Ako naman ay umupo at nagbasa ng kaunti.

Pagsapit ng hapon, umulan nang kaunti. Malamig ang hangin. Uminom kami ng kape at kumain ng tinapay. Nagkwentuhan kami tungkol sa mga nakaraang araw. Natawa kami sa mga simpleng kwento.

Naisip ko na iba talaga ang araw na iyon. Walang biyahe. Walang trabaho. Walang stress. Tahimik at simple ang lahat. Hindi ako sanay sa ganitong araw, pero masarap din pala.

Pagsapit ng gabi, naghanda si Nanay ng hapunan. Kumain kami nang maaga. Pagkatapos, nanood kami ng teleserye bilang pamilya. Umupo ako sa tabi ni Impay. Tahimik kaming nanood.

Bago matulog, pumasok ako sa aking kwarto. Humiga ako sa kama at napangiti. Isang araw lang ito na iba sa nakasanayan ko, pero mahalaga rin pala ang ganitong araw.

Para sa akin, ang isang araw na iba ay paalala na kailangan din ng pahinga. Hindi araw-araw ay trabaho at obligasyon. Minsan, kailangan lang huminto, magpahinga, at magpasalamat sa simpleng araw kasama ang pamilya.

Exercises:

A. FILL IN THE BLANK

tinapay	itlog	holiday	ngipin
telebisyon			

1. Nagsipilyo si Cora ng ______________.
2. Walang pasok sa bangko dahil _____________.
3. Kumain sila ng sinangag at _____________ sa almusal.
4. Nanood si Cora ng _____________ sa sala.
5. Uminom sila ng kape at kumain ng _____________ sa hapon.

B. WH- Questions

1. Sino ang nagsabi na holiday?
2. Ano ang ulam nina Cora para sa almusal?
3. Saan nagpunta si Tatay pagkatapos kumain ng almusal?
4. Ano ang ininom nila sa hapon?
5. Ano ang pinanood nila sa gabi?

C. TRUE or FALSE

___________ 1. Maaga nagising si Cora sa araw na iyon.

___________ 2. Walang pasok sa bangko at eskwela.

___________ 3. Tahimik at payapa ang buong araw.

___________ 4. Hindi kumain ang pamilya ng hapunan.

___________ 5. Naisip ni Cora na mahalaga rin ang pahinga.

ANSWER KEY:

A. Fill in the blank

1. ngipin
2. holiday
3. itlog
4. telebisyon
5. tinapay

B. WH- Questions

1. Nanay Lorna
2. itlog
3. bakuran
4. kape
5. teleserye

C. True or False

1. False
2. True
3. True
4. False
5. True

Story 40: Pagbabalik-tanaw ni Cora

Ako si Cora. Isang gabi, tahimik ang bahay. Tapos na ang hapunan. Natulog na si Impay. Si Nanay Lorna at si Tatay Betong ay nanonood ng telebisyon sa sala. Ako naman ay pumasok sa aking kwarto at umupo sa aking kama. Hawak ko ang aking cellphone, pero hindi ako nagbabasa. Nag-iisip lang ako.

Marami akong naalala sa mga nakaraang buwan. Pakiramdam ko ay mabilis ang panahon. Maraming nangyari sa aking buhay at sa aking pamilya. Naisip ko na mabuti ring bumalik-tanaw at magpasalamat.

Naalala ko ang aking pang-araw-araw na gawain. Araw-araw akong gumigising nang maaga. Naghahanda ako para sa trabaho. Kumakain ako ng almusal kasama ang aking pamilya. Pumapasok ako sa bangko at nagtatrabaho buong araw. Minsan ay pagod ako, pero masaya ako sa aking trabaho. Marami akong natutulungan na tao.

Naalala ko rin ang aking mga katrabaho. Si Vivian ay palagi kong kasama sa tanghalian. Marami kaming pinag-uusapan tungkol sa trabaho at buhay. Natuto akong maglaro ng pickleball. Dumalo kami sa gala night. Masaya akong may kaibigan sa trabaho.

Naisip ko rin ang aking pamilya. Si Nanay Lorna ay masipag at maalaga. Araw-araw siyang nagluluto at nag-aalaga sa amin. Si Tatay Betong ay masipag sa bukid. Kahit pagod, palagi siyang nakangiti. Si Impay naman ay masipag mag-aral. Masaya akong makita siyang lumalaki at natututo.

Naalala ko ang mga espesyal na araw. Naalala ko ang aming bakasyon sa Boracay. Iyon ang unang beses naming sumakay ng eroplano. Natakot ako noon, pero masaya rin. Naaalala ko ang puting buhangin at ang dagat. Masaya kaming pamilya noon.

Naalala ko rin ang mga simpleng araw. Ang pamamalengke. Ang pagluluto ng pagkain. Ang sama-samang pagkain sa mesa. Ang panonood ng telebisyon sa gabi. Ang mga araw na walang pasok at tahimik ang bahay. Ang mga araw na pahinga lang.

May mga araw din na may problema. May bagyo na dumating at kinailangan naming maghanda. May mga araw na nagkasakit si Impay at nag-alala ako. May mga araw na pagod ako sa trabaho. Pero nalampasan namin ang lahat ng iyon bilang pamilya.

Naalala ko rin ang mga tao sa paligid namin. Si Aling Pasing at si Mang Tonyo. Si Miguel na nagtrabaho sa ibang bansa. Si Tita Sally na nakausap ni Nanay sa video call. Ang mga guro ko noong elementarya na nakita ko sa reunion. Lahat sila ay bahagi ng aking buhay.

Habang nag-iisip ako, napangiti ako. Napagtanto ko na simple lang ang aking buhay, pero puno ito ng kahulugan. May trabaho ako. May pamilya ako. May pagkain, bahay, at kaibigan. Hindi perpekto ang lahat, pero sapat.

Tumayo ako at tumingin sa salamin. Nakita ko ang aking sarili. Hindi na ako tulad ng dati. Mas marami na akong natutunan. Mas naging matatag ako. Mas natutunan kong pahalagahan ang oras at mga tao sa paligid ko.

Bumalik ako sa kama at humiga. Bago ako matulog, nagpasalamat ako sa tahimik na paraan. Nagpasalamat ako sa araw, sa trabaho, sa pamilya, at sa buhay.

Para sa akin, mahalaga ang pagbabalik-tanaw. Dahil dito, mas nakikita ko ang mga biyaya sa aking buhay. Kahit simple ang araw-araw, may saysay ito. At bukas, gigising ulit ako, handa na namang harapin ang bagong araw.

Exercises:

A. FILL IN THE BLANK

bahay	bangko	Vivian	Impay
eroplano			

1. Tahimik ang _____________ noong gabi.
2. Nagtatrabaho si Cora sa isang ____________.
3. Palaging kasama ni Cora sa tanghalian si ____________.
4. Unang beses sumakay ng ____________ ang pamilya sa Boracay.
5. Ang kapatid ni Cora ay si ___________.

B. WH- Questions

1. Sino ang nanay ni Cora?
2. Sino ang tatay ni Cora?
3. Saan nagtatrabaho si Cora?
4. Sino ang kaibigan ni Cora sa trabaho?
5. Saan humiga si Cora?

C. TRUE or FALSE

__________ 1. Magulo ang bahay noong gabi.

__________ 2. Masaya si Cora sa kanyang trabaho at pamilya.

__________ 3. Walang espesyal na araw na naalala si Cora.

__________ 4. Mahalaga kay Cora ang pamilya at kaibigan.

__________ 5. Nagpasalamat si Cora bago matulog.

ANSWER KEY:

A. Fill in the blank

1. bahay
2. bangko
3. Vivian
4. eroplano
5. Impay

B. WH- Questions

1. Nanay Lorna
2. Tatay Betong
3. bangko
4. Vivian
5. kama

C. True or False

1. False
2. True
3. False
4. True
5. True

Enjoyed the Book?

If you found this book helpful, enjoyable, or encouraging, I'd truly appreciate your feedback.

A short review on Amazon helps:

- Other learners decide if this book is right for them
- Independent authors like me continue creating quality learning content
- This book reach more people who want to learn Tagalog

It only takes a moment

Simply **scan the QR code below** and you'll be taken directly to the Amazon review page.

You don't need to write a long review.

Even a **few honest words** make a big difference.

Thank you for your support.

Whether you leave a review or not, thank you for choosing this book and being part of your Tagalog learning journey.

Your support truly means a lot.

The Acquire A Lot team.

Conclusion

Thank you for reading this book and taking another step in your Tagalog learning journey.

This book is **part of a complete 5-book Tagalog learning series**, carefully designed to guide you from your very first words all the way to confident, natural reading in Tagalog.

About the Tagalog Learning Series

1 Core Beginner Book – Start from Zero

The first book in the series is a complete introduction to Tagalog and is perfect if you're starting from scratch. It includes:

- Essential vocabulary for everyday situations
- Clear and simple grammar explanations
- Step-by-step lessons with practical exercises
- Sentence building and real-life examples
- Cultural notes to help you understand how Tagalog is actually used in the Philippines
- Pronunciation tips and common expressions used by native speakers

4 Short Story Books – Learn Through Reading

The remaining four books in the series focus on learning Tagalog through **short stories**, carefully graded by level:

1. Beginner
2. Lower-Intermediate
3. Intermediate
4. Advanced

Each story is written to help you:

- Learn naturally through context and repetition.
- Strengthen reading comprehension.
- Expand vocabulary without memorization.
- Gain confidence with real, usable Tagalog.

Together, the books create a smooth and effective progression from basic understanding to more advanced reading skills.

Want to learn more?

If you'd like to explore the full series, you can find all titles on Amazon by searching in the Amazon search bar:

"Tagalog by Acquire A Lot"

Thank you again for choosing this book and investing in your language learning journey.

Keep reading. Keep learning. Keep going.